INSIGHT PUBLICA®

INSIGHT PUBLICA®
Nadakkave, Kozhikode, Kerala
www.insightpublica.com
e-mail: insightpublica@gmail.com

Kavithayil Thulumpunna Kadhakal

(Malayalam)

C. Balan Nair

First Edition: February 2017
This Edition: November 2021

ISBN 978-93-5517-174-0

കവിതയിൽ തുളുമ്പുന്ന കഥകൾ

മലയാളത്തിലെ ലബ്ധപ്രതിഷ്ഠരായ പതിനൊന്ന്
കവികളുടെ കഥാകവിതകളുടെ സാരസംഗ്രഹം

സി. ബാലൻ നായർ

INSIGHT PUBLICA

1937-ൽ കോഴിക്കോട് ജില്ലയിലെ പാലങ്ങാട് ജനനം. അച്ഛൻ: പി. രാമൻ നായർ. അമ്മ: കല്യാണി അമ്മ. സാമ്പത്തികശാസ്ത്രത്തിലും അധ്യാപനത്തിലും ബിരുദം. വിവിധ വിദ്യാലയങ്ങളിലായി മുപ്പത്തിയാറ് വർഷത്തെ ഔദ്യോഗിക സേവനം. 1993-ൽ കുട്ടമ്പൂർ ഹൈസ്കൂളിൽ പ്രധാന അധ്യാപകനായിരിക്കെ ജോലിയിൽ നിന്നും വിരമിച്ചു. ദീർഘകാലം സാമൂഹ്യ, രാഷ്ട്രീയ, സാംസ്കാരിക രംഗങ്ങളിൽ സജീവസാന്നിധ്യമായിരുന്നു. കെ. പി.ടി.യു സംസ്ഥാന കൗൺസിൽ അംഗമായും ഗ്രാമോദയ റീഡിങ്റൂം ലൈബ്രറിയുടെ സാരഥിയായി ദീർഘകാലവും അഞ്ചുവർഷം ബ്ലോക്ക് പഞ്ചായത്ത് മെമ്പർ എന്ന നിലയിലും 13 വർഷത്തോളം മിൽക്ക് സൊസൈറ്റിയുടെ പ്രസിഡന്റായും പ്രവർത്തിച്ചു. കെ.എസ്.എസ്.പിയുടെ സംസ്ഥാന കൗൺസിൽ അംഗമായിരുന്നു. പ്രസിദ്ധീകരിച്ച മറ്റു കൃതികൾ: *ആത്മസമർപ്പണത്തിന്റെ പ്രകാശരേണുക്കൾ, ഉപന്യാസങ്ങൾ, ഡോ. ബി.ആർ അംബേദ്കർ, കാറൽ മാർക്സ് - ജീവിതം ദർശനം കത്തുകൾ*
ഭാര്യ: പത്മാവതി. മക്കൾ: നീന, മനോജ്. 2016 ഫെബ്രുവരി 20ന് അന്തരിച്ചു.

സി. ബാലൻ നായർ

ഉള്ളടക്കം

മാമ്പഴം

കൈരളി ചാനലിലെ 'മാമ്പഴം' എന്ന കാവ്യാലാപന മത്സരപരിപാടി കണ്ടുകൊണ്ടിരുന്ന കൊച്ചുമകൾ മുത്തശ്ശന്റെ നേരെ ഒരു ചോദ്യം തൊടുത്തുവിട്ടു. മുത്തശ്ശാ എന്താണ് ഈ പരിപാടിക്ക് മാമ്പഴം എന്ന പേർ കൊടുത്തിരിക്കുന്നത്? മുത്തശ്ശൻ അല്പമൊന്ന് ആലോചിച്ച് കൊച്ചുമകളോട് ചോദിച്ചു. ''മോളേ മോൾക്ക് ഇഷ്ടപ്പെട്ട ഒരു പഴത്തിന്റെ പേർ പറയാമോ? എനിക്ക് 'മാമ്പഴം' തന്നെയാണ് മുത്തശ്ശാ വലിയ ഇഷ്ടം. അവൾ മറുപടി പറഞ്ഞു.

എന്താ മറ്റു പഴങ്ങളൊന്നും ഇഷ്ടമല്ലേ? ആപ്പിൾ, ഓറഞ്ച്, മുന്തിരി, പൂവമ്പഴം ഇവയൊക്കെ? മുത്തശ്ശൻ ചോദിച്ചു. ഇഷ്ടമാണ്. പക്ഷേ കൂടുതൽ ഇഷ്ടം മാമ്പഴം തന്നെ. മകൾ ഉറപ്പിച്ചും തറപ്പിച്ചും പറഞ്ഞു.

ശരി, മാമ്പഴം ഇഷ്ടമാണെങ്കിൽ ആ പേരിൽ അറിയപ്പെടുന്ന ഈ കാവ്യാലാപന പരിപാടിയും ഇഷ്ടം തന്നെയല്ലേ?

അതെ, മുത്തശ്ശാ, ഈ പരിപാടിയിൽ നല്ല നല്ല കവിതകൾ

ചൊല്ലുന്നതു കേൾക്കാൻ കഴിഞ്ഞു. ഇതിലെ ചേട്ടന്മാരും ചേച്ചിമാരും എത്ര മനോഹരമായാണ് പാടുന്നത്. കേട്ടാലും കേട്ടാലും മതിവരില്ല.

ശരി തന്നെയാണ് മോൾ പറയുന്നത്. എന്നാൽ മുത്തശ്ശൻ ഒന്നുകൂടി ചോദിക്കട്ടെ.

മോൾ മാമ്പഴം എന്ന കവിത വായിക്കുകയോ മറ്റാരെങ്കിലും ചൊല്ലുന്നതു കേൾക്കുകയോ ചെയ്തിട്ടുണ്ടോ? മകൾ അല്പമൊന്നു ആലോചിച്ചു.

എവിടെയോ കേട്ടിട്ടുണ്ടല്ലോ മുത്തശ്ശാ. ങാ മുത്തശ്ശൻ തന്നെ ചൊല്ലുന്നത് കേട്ടിട്ടുണ്ടല്ലോ. ആ പുസ്തകം മുത്തശ്ശന്റെ ലൈബ്രറിയിൽ ഉണ്ടെന്നു തോന്നുന്നു.

മകൾ പറയുന്നതു ശരിയായിരുന്നു. ശരി. നീ ഒരു കാര്യം ചെയ്യൂ. നമ്മുടെ പുസ്തകങ്ങൾ സൂക്ഷിച്ചിട്ടുള്ള അലമാറയിൽ 'കന്നിക്കൊയ്ത്ത്' എന്ന പുസ്തകം കാണാം. അതു എടുത്തുകൊണ്ടുവരൂ. മുത്തശ്ശൻ പറഞ്ഞതു കേട്ടു കൊച്ചുമകൾ ഓടിപ്പോയി ആ പുസ്തകം എടുത്തുകൊണ്ടുവന്നു.

കൊച്ചു മകളുടെ പേർ സുനന്ദ എന്നാണ്. അവൾ ആറാം ക്ലാസിൽ പഠിക്കുന്നു. അവൾക്ക് നമ്മുടെ ഭാഷയിലെ ചില കവികളെപ്പറ്റി അറിയാം. ചെറുശ്ശേരി, എഴുത്തച്ഛൻ, കുഞ്ചൻനമ്പ്യാർ എന്നിവരെപ്പറ്റി. അവരുടെ കൃതികളിൽ നിന്നുള്ള വരികൾ താഴ്ന്ന ക്ലാസുകളിൽ പഠിച്ചിട്ടുണ്ട്. ചോദിച്ചാൽ അവൾതന്നെ പറയും. മുത്തശ്ശൻ ചോദിച്ചു. 'സുനന്ദേ, മോൾക്ക് നമ്മുടെ മലയാളത്തിലെ കവികളെപ്പറ്റിയോ കഥ എഴുത്തുകാരെപ്പറ്റിയോ പറയാൻ കഴിയുമോ? ഒന്ന് ശ്രമിച്ചു നോക്കൂ. മകൾ അവളുടെ അറിവിന്റെ അറകൾ പരിശോധിച്ചു തപ്പിയെടുക്കാൻ ശ്രമിച്ചു. അവളുടെ ചുണ്ടുകളിൽ നിന്നും ചില പേരുകൾ അടർന്നുവീണു. തുഞ്ചത്തെഴുത്തച്ഛൻ, ചെറുശ്ശേരി, കുഞ്ചൻ നമ്പ്യാർ, കുമാരനാശാൻ, വള്ളത്തോൾ, ചങ്ങമ്പുഴ, വയലാർ, ഒ.എൻ.വി കുറുപ്പ്, എസ്, കെ. പൊറ്റക്കാട്, എം.ടി, വാസുദേവൻ നായർ. മുത്തശ്ശൻ വീണ്ടും ചോദിച്ചു. ശരി, ഇവരെപ്പറ്റിയൊക്കെ മോൾ എങ്ങിനെ മനസ്സിലാക്കി. മുത്തശ്ശാ, ഇവരെപ്പറ്റിയൊക്കെ ഞങ്ങളുടെ പാഠപുസ്തകത്തിൽ പഠിക്കാനുണ്ട്. ജ്ഞാനപീഠസമ്മാനം വാങ്ങിയ എഴുത്തുകാരാണ് മുത്തശ്ശാ എസ്. കെ. പൊറ്റക്കാടും, എം.ടി. വാസുദേവൻ നായരും, ഒ.എൻ. വിയും. അതും ഞാൻ പഠിച്ചിട്ടുണ്ട്. ശരി, എന്നാൽ ജ്ഞാനപീഠ സമ്മാനം ലഭിച്ചവർ രണ്ടുപേർ കൂടി ഉണ്ടല്ലോ. അവർ ആരൊക്കെ എന്നറിയാമോ? മോൾ കണ്ണിന്റെ ദൃഷ്ടി മേലോട്ടുയർത്തി തല

അല്പം ചരിച്ചുപിടിച്ച് ആലോചിച്ചു. 'കിട്ടുന്നില്ലല്ലോ മുത്തശ്ശാ' ശരി, എന്നാൽ കേട്ടോളു. മഹാകവി ജി. ശങ്കരക്കുറുപ്പ്, തകഴി ശിവശങ്കരപിള്ള ഈ പേർകൂടി ഓർമ്മിക്കുമല്ലോ.

മോളേ, നാം പറഞ്ഞുവന്നതു ഇതൊന്നുമായിരുന്നില്ലല്ലോ. മാമ്പഴത്തെപ്പറ്റിയായിരുന്നില്ലേ? 'മോൾ എടുത്തുകൊണ്ടുവന്ന പുസ്തകം മറിച്ചുനോക്കൂ. മുത്തശ്ശൻ പറഞ്ഞു സുനന്ദ പുസ്തകത്തിന്റെ താളുകൾ മറിച്ചുകൊണ്ടിരുന്നു. 'മാമ്പഴം എന്ന കവിതകണ്ടുവോ?

കണ്ടു കണ്ടു അവൾ സന്തോഷത്തോടെ വിളിച്ചു പറഞ്ഞു.

മുത്തശ്ശൻ പുസ്തകം വാങ്ങി മാമ്പഴം എന്ന കവിതാഭാഗം എടുത്തു. കന്നിക്കൊയ്ത്ത് എന്ന കവിതാസമാഹാരത്തെപ്പറ്റി അല്പം ചില കാര്യങ്ങൾ പറഞ്ഞു. പക്ഷേ അതു കേൾക്കാൻ സുനന്ദ മാത്രമേയുള്ളൂ. അപ്പോൾ സുനന്ദ പറഞ്ഞു ''മുത്തശ്ശാ മുത്തശ്ശൻ കഥ പറയാൻ പോവുകയാണല്ലോ. എന്നാൽ സുശോഭിനേയും അടുത്തവീട്ടിലെ അനഘച്ചേച്ചിയെയും വിളിക്കാം. അവരും കൂടി കേട്ടോട്ടെ. സുശോഭ് സുനന്ദയുടെ കൊച്ചനിയാണ്. സുനന്ദയുടെ താല്പര്യത്തിൽ മുത്തശ്ശന് നല്ല മതിപ്പുതോന്നി. ഉടനെത്തന്നെ സുനന്ദ രണ്ടുപേരെയും മുത്തശ്ശന്റെ മുന്നിൽ ഹാജരാക്കി. ഇപ്പോൾ കഥ കേൾക്കാൻ മൂന്നുപേർ കഥ പറയാൻ മുത്തശ്ശനും.

ശരി നമുക്ക് കഥ തുടങ്ങാം. മുത്തശ്ശൻ പറഞ്ഞു. കുഞ്ഞുങ്ങൾ കഥ കേൾക്കാൻ ഉത്സുകരായി.

മാമ്പഴം നല്ല സ്വാദുള്ള ഒരു പഴമാണല്ലോ. മാമ്പഴം പോലെ തന്നെ ഹൃദ്യമായതാണ് വൈലോപ്പിള്ളി ശ്രീധരമേനോന്റെ മാമ്പഴം എന്ന കവിതയും. 'ആരാണ് വൈലോപ്പിള്ളി ശ്രീധരമേനോൻ?' മുത്തശ്ശൻ ചോദിച്ചു. 'കവിയാണ്' അനഘ പറഞ്ഞു. അതെ, ശരിയാണ്. കവിയെന്നു പറഞ്ഞാലും പോരാ. മഹാകവിയാണ്. മുത്തശ്ശൻ കൂട്ടിച്ചേർത്തു തുടർന്ന് മഹാകവി വൈലോപ്പിള്ളി ശ്രീധരമേനോനെപ്പറ്റി മുത്തശ്ശൻ ഒരു ചെറിയ വിവരണം നൽകി.

''വൈലോപ്പിള്ളി എന്നതു ശ്രീധരമേനോന്റെ വീട്ടിന്റെ പേരാണ്. എറണാകുളം നഗരത്തിനടുത്ത് കലൂരിലാണ് വീട്. മലയാളത്തിലെ ത്രിമൂർത്തികളായ മഹാകവികൾ കുമാരനാശാൻ, ഉള്ളൂർ എസ്. പരമേശ്വര അയ്യർ, വള്ളത്തോൾ നാരായണമേനോൻ എന്നിവർക്കു ശേഷം മനോഹരമായ കവിതകൾ എഴുതിയവ

രിൽ പ്രമുഖൻ. കന്നിക്കൊയ്ത്തിനു പുറമെ, മകരക്കൊയ്ത്ത്, ഓണപ്പാട്ടുകാർ, കടൽക്കാക്കകൾ, കുടിയൊഴിക്കൽ, ശ്രീരേഖ തുടങ്ങിയ കവിതാ സമാഹാരങ്ങളും വൈലോപ്പിള്ളിയുടെ കൃതികളാണ്. അദ്ദേഹം ഇപ്പോൾ ജീവിച്ചിരിപ്പില്ല. കുട്ടികൾക്ക് വേണ്ടിയും അദ്ദേഹം നല്ല നല്ല കവിതകൾ എഴുതിയിട്ടുണ്ട്. നല്ല ഈണത്തിലും താളത്തിലും ചൊല്ലാവുന്നവ. ചിലതൊക്കെ നിങ്ങൾ പാടി കേട്ടിട്ടുണ്ടാകും അദ്ദേഹത്തിന്റെ ‘പന്തങ്ങൾ’ എന്ന കവിതയിൽ നിന്നുള്ള നാലു വരികൾ കേട്ടോളൂ.

ചോരതുടിക്കും ചെറു കൈയ്യുകളേ
പേറുക വന്നീ പന്തങ്ങൾ
ഏറിയ തലമുറയേന്തിയ പാരിൻ
വാരൊളി മംഗള കന്ദങ്ങൾ

ചൊല്ലിക്കേൾക്കുമ്പോൾ എന്തു സുഖം! അർത്ഥവും എളുപ്പത്തിൽ മനസ്സിലാകുന്നില്ലേ?

അതെ, കുട്ടികൾ തലകുലുക്കി. മാമ്പഴം എന്ന കവിതയും അതിമനോഹരമാണ്. അതിലെ കഥയോ നമ്മെ ദുഃഖിപ്പിക്കുന്നതും ചിന്തിപ്പിക്കുന്നതുമാണ്. ആ കഥയെന്തെന്നറിയണ്ടേ? പറയാം. മുത്തശ്ശൻ കഥ ആരംഭിച്ചു. മാമ്പഴത്തിലെ ആദ്യത്തെ രണ്ടു വരികൾ ഈണത്തിൽ ചൊല്ലി.

അങ്കണത്തൈമാവിൻ നിന്നാദ്യത്തെപഴം വീഴ്കേ,
അമ്മതൻ നേത്രത്തിൽനിന്നുതിർന്നു ചുടുകണ്ണീർ.

മുത്തശ്ശൻ ഈ വരികളുടെ അർത്ഥം പറഞ്ഞു. ‘‘മുറ്റത്തെ തൈമാവിൽ നിന്ന് ആദ്യമായുണ്ടായ പഴം താഴെ വിണതു കണ്ടപ്പോൾ അമ്മയുടെ കണ്ണുകളിൽ നിന്നു ചുടുകണ്ണീരൊഴുകി. സാധാരണ മാവിൽ നിന്നും മാമ്പഴം വീഴുന്നതു കാണുമ്പോൾ എല്ലാവരും സന്തോഷിക്കുകയല്ലേ ചെയ്യുക? പ്രത്യേകിച്ചും തൈമാവു ആദ്യമായി പൂത്ത് മാങ്ങയുണ്ടായി അതു പഴുത്ത് കാറ്റടിച്ച് വീഴുമ്പോൾ എന്തൊരു സന്തോഷമായിരിക്കും? എന്നിട്ടും അമ്മയുടെ കണ്ണുകളിൽ നിന്നും ചൂടുള്ള കണ്ണീർകണങ്ങൾ ഇറ്റിറ്റുവീണത് എന്തു കൊണ്ടായിരിക്കും? നമ്മുടെ മഹാകവി വൈലോപ്പിള്ളി എന്തിനാണു അമ്മയുടെ ദുഃഖം ആദ്യവരികളിൽ തന്നെ പകർത്തിയത്.! എന്തിനാണ് അമ്മ കരഞ്ഞത്! കുട്ടികൾക്ക് അറിയാനുള്ള ആകാംക്ഷയായി.

എന്തിനാണ് മുത്തശ്ശാ അമ്മ കരഞ്ഞത്? കുട്ടികളിൽ നിന്ന് ചോദ്യമുയർന്നു.

മക്കളേ, അതിന്റെ പിന്നിൽ ഒരു കഥയുണ്ട്. കണ്ണുനീരിൽ കുതിർന്ന കഥ. ശ്രദ്ധിച്ചു കേട്ടോളൂ. മുത്തശ്ശൻ കഥയുടെ ചുരുളുകൾ അഴിച്ചു.

നാലുമാസം മുമ്പ് നടന്ന സംഭവം. നാലുമാസം എന്നു പറഞ്ഞാൽ തൈമാവിൽ നിന്ന് ആദ്യത്തെ മാമ്പഴം ഞെട്ടറ്റു വീണതിന്റെ നാലുമാസം മുമ്പ്. വളരെക്കാലം ആശിച്ച് മോഹിച്ച് തൈമാവു പൂത്തു. ധാരാളം പൂങ്കുലകൾ ഉണ്ടായി. അങ്ങിനെയിരിക്കെ അമ്മയുടെ ഓമനമകൻ ഒരു ദിവസം പൂത്തിരി കത്തിച്ചതുപോലുള്ള പൂങ്കുലകളിൽ ഒന്ന് ഒടിച്ചെടുത്ത് എന്തെന്നില്ലാത്ത സന്തോഷത്തോടെ അതായതത് പൂത്തിരി കത്തിക്കുമ്പോൾ കുട്ടികൾക്കുണ്ടാകുന്ന സന്തോഷമില്ലേ, അത്രയും സന്തോഷത്തോടെ അമ്മയുടെ അടുത്ത് ഓടിയെത്തി. ഇത് കണ്ടപ്പോൾ അമ്മ ചൊടിച്ചു. എന്നിട്ട് കുട്ടിയെ ശാസിക്കുന്ന രീതിയിൽ ദുഃഖത്തോടെ പറഞ്ഞു. 'ഉണ്ണിമാങ്ങകൾ വിരിഞ്ഞുനില്ക്കുന്ന പൂങ്കുല, കുസൃതിക്കുരുന്നേ, നീ ഒടിച്ചില്ലേ? ഈ മാവിൽ മാങ്ങയുണ്ടായി അതു നിലത്തു വീഴുമ്പോൾ ഓടിച്ചെന്ന് എടുക്കേണ്ടവനല്ലേ നീ? അങ്ങിനെയുള്ള നീ പൂങ്കുല നുള്ളിക്കളഞ്ഞത് തല്ലുകൊള്ളാത്തതുകൊണ്ടല്ലേ?

തന്റെ പ്രിയപ്പെട്ട അമ്മയുടെ ശാസന കേട്ടപ്പോൾ കുഞ്ഞിന്റെ മുഖഭാവം മാറി. നിഷ്ക്കളങ്കവും സുന്ദരവുമായ അവന്റെ മുഖം വാടി. കളങ്കമെന്തെന്നറിയാത്ത കണ്ണുകളിൽ ഒരു തടാകത്തിലെന്നതുപോലെ കണ്ണുനീർ നിറഞ്ഞു. അവന് ദുഃഖവും ദേഷ്യവും സഹിക്കാൻ കഴിഞ്ഞില്ല മാമ്പഴം പെറുക്കാൻ ഞാൻ വരുന്നില്ല എന്നു പറഞ്ഞുകൊണ്ട് മനോഹരമായ പൂങ്കുല നിലത്തേയ്ക്ക് വലിച്ചെറിഞ്ഞു.

ഇത്രയും പറഞ്ഞതിനുശേഷം മഹാകവി വരാൻ പോകുന്ന ഒരു സംഭവത്തെ സംബന്ധിച്ച് ഒരു ചെറിയ സുചന നൽകുന്നു. കവി കുട്ടികളുടെ ഒരു പ്രത്യേകത എടുത്തുകാണിച്ചുകൊണ്ട് തന്നോടുതന്നെ പറയുന്നു. ''വാക്കുകൾ ശരിയാം വിധം കൂട്ടിവായിക്കാൻ പോലും കഴിയാത്ത കുഞ്ഞുങ്ങളേ നിങ്ങൾ വരാനിരിക്കുന്ന കാര്യങ്ങൾ മുൻകൂട്ടി പറയാൻ കഴിയുന്ന ജ്യോത്സ്യന്മാരാണല്ലോ! നിഷ്ക്കളങ്കമായ കുഞ്ഞു മനസ്സുകളിൽ നിന്ന് ഉതിർന്നുവരുന്ന കാര്യങ്ങൾ ഭാവിയിൽ യാഥാർത്ഥ്യമായിത്തീരുന്നു എന്നത് അതിശയകരം തന്നെ.

അമ്മയുടെ പൊന്നുമോൻ അറിഞ്ഞോ അറിയാതെയോ മാമ്പൂവ് മണ്ണിലേക്ക് വലിച്ചെറിഞ്ഞതിനുശേഷം ഒന്നു രണ്ടു മാസ

ങ്ങൾ കഴിഞ്ഞു. മീനമാസമായി. ഉണ്ണിമാങ്ങകൾ വളർന്ന് മൂത്തു പഴുത്തു സുഗന്ധം പരത്തി, സ്വർണ്ണത്തിന്റെ നിറമായിത്തീർന്നു. എന്നാൽ അങ്ങനെ സംഭവിക്കുന്നതിനുമുമ്പായി അമ്മയുടെ മനസ്സിൽ കനൽ കോരിയിട്ട ഒരു സംഭവമുണ്ടായി. മൂത്തുപഴുത്ത മാങ്ങകൾ മാവിൽനിന്ന് വീഴാൻ തുടങ്ങുന്നതിനു മുമ്പുതന്നെ അമ്മയുടെ പൊന്നോമന അമ്മയെ വിട്ടു പരലോകത്തേക്ക് പോയി. മനോഹരമായ പാട്ടുകൾ കൊണ്ട് നമ്മെയൊക്കെ സന്തോഷിപ്പിക്കുന്ന പൂങ്കുയിൽ കൂടുപേക്ഷിച്ചു എങ്ങോട്ടോ പോകുന്നതു പോലെ. അങ്ങനെ അമ്മയെ എന്നെന്നേക്കുമായി വിട്ടു പിരിഞ്ഞ മകൻ ദേവന്മാർക്ക് പ്രിയങ്കനായി. ഈ ലോകത്തെപ്പറ്റി ഒരു ചിന്തയുമില്ലാത്തവനായി കളികളിൽ മുഴുകി കഴിയുമ്പോൾ ആ മകന് നുണഞ്ഞിറക്കാൻ വേണ്ടി താഴേക്ക് വീണ പൊൻപഴം മുറ്റത്ത് ആർക്കും വേണ്ടാതെ കിടക്കുകയാണ്. അപ്പോഴോ? അയൽ പക്കത്തുള്ള കൊച്ചുകുഞ്ഞുങ്ങൾ അത്യുത്സാഹത്തോടുകൂടി അവരവരുടെ മാവിൻ ചുവട്ടിൽ കളിവീടുകൾ ഉണ്ടാക്കുന്നു. ഇടക്കിടെ അവർ, പൂവാലനായ അണ്ണാരക്കണ്ണനോട് മാമ്പഴം താ- എന്ന് ഉച്ചത്തിൽ വിളിച്ചു പറയുന്നു. അപ്പോൾ താഴെ മണ്ണിലേക്ക് വീഴുന്ന മാമ്പഴങ്ങൾ അവർ ഓടിച്ചെന്ന് എടുക്കുന്നു. അവിടെയെങ്ങും അവരുടെ ശബ്ദം അലയടിക്കുന്നു. അവർക്ക് വസന്തത്തിന്റെ മഹോത്സവമാണ്. എന്നാൽ അമ്മയ്ക്കോ? കണ്ണീരിന്റെ പെരുമഴക്കാലം പിന്നീടു അമ്മ എന്തു ചെയ്തുവെന്നു നോക്കൂക.

അമ്മ കുറച്ചുസമയം എന്തു ചെയ്യണമെന്നറിയാതെ സ്തംഭിച്ചുനിന്നു. അതിനുശേഷം വീണു കിടക്കുന്ന, തനിക്ക് ദുരിതം മാത്രം സമ്മാനിച്ച ആ മാമ്പഴം ചെന്നെടുത്ത് തൻെറ പൊന്നുണ്ണിയുടെ കോമളമായ ശരീരം മറവുചെയ്ത സ്ഥലത്തത് ഒരു പഴം നിക്ഷേപിച്ചു. അമ്മ പതുക്കെ പറഞ്ഞു. ‘‘മോനേ, നിന്റെ കുഞ്ഞിക്കൈകൾക്ക് എടുക്കാനും കുഞ്ഞു വായകൊണ്ടു കഴിക്കാനും വേണ്ടി, വാസ്തവമറിയാതെ വന്നു ചേർന്നതാണ് ഈ മാമ്പഴം, നീ എന്നോട് ചൊടിച്ചു പോയതാണല്ലോ എന്നാലും നീ ഇത് നുണഞ്ഞാൽ മാത്രമേ അമ്മക്ക് സമാധാനമുണ്ടാവുകയുള്ളൂ. നീ എന്നോട് ചിലപ്പോഴൊക്കെ പിണങ്ങിപ്പോകാറുണ്ടായിരുന്നു. അപ്പോഴൊക്കെ ഞാൻ വന്ന് വിളിച്ചാൽ നീ എല്ലാം മറന്ന് കുണുങ്ങിക്കുണുങ്ങി ഉണ്ണാൻ വരുമായിരുന്നില്ലേ? അമ്മയുടെ കണ്ണുകൾ കൊണ്ടു കാണാൻ കഴിയാത്ത പൊന്നുമോനേ, ഈ അമ്മയുടെ നിവേദ്യം നീ വന്നു കഴിക്കൂ.

മകനെ ഓർത്തോർത്തു കരയുന്ന അമ്മയുടെ ഹൃദയം അല്പം ആശ്വാസത്തിനുവേണ്ടി വിതുമ്പി. അപ്പോൾ ഒരു കുളിർകാറ്റ്

വീശാൻ തുടങ്ങി. ആ ഇളം കാറ്റ് കുഞ്ഞിന്റെ പ്രാണനായി അമ്മയെ പുണർന്നുകൊണ്ടിരുന്നു.

തന്റെ വാത്സല്യഭാജനമായ കൊച്ചുമകൻ നഷ്ടപ്പെട്ടതിൽ അമ്മയ്ക്കുണ്ടായ ദുഃഖം വായനക്കാരുടെ ഹൃദയത്തെ അഗാധമായി സ്പർശിക്കുന്ന രീതിയിൽ മഹാകവി വൈലോപ്പിള്ളി ശ്രീധരമേനോൻ ഈ കവിതയിൽ അവതരിപ്പിച്ചിരിക്കുന്നു.

എന്താ, നിങ്ങൾക്കെന്തു തോന്നുന്നു? മുത്തശ്ശൻ കുട്ടികളോട് ചോദിച്ചു. എന്നാൽ കുട്ടികൾ പെട്ടെന്ന് ഒരു മറുപടി പറയാവുന്ന മാനസികാവസ്ഥയിലായിരുന്നില്ല. അവരുടെ മനസ്സ് വ്യാകുലപ്പെട്ടിരിക്കുന്നതായി മുത്തശ്ശനു തോന്നി. അവരുടെ കൺപീലികൾ നനഞ്ഞിരിക്കുന്നു. മാമ്പഴം എന്ന കവിതയിലെ കഥ അത്രമാത്രം അവരെ വികാരാധീനരാക്കിയിരിക്കുന്നു. മുത്തശ്ശി അവരെ അടുത്തു വിളിച്ചു ആശ്വസിപ്പിച്ചു. നിങ്ങൾ കേട്ടതു കേവലമൊരു കഥയായി മാത്രം കരുതുക. കൂടുതലൊന്നും ചിന്തിക്കേണ്ട. മുത്തശ്ശൻ സുനന്ദയോട് പ്രത്യേകമായി ഒരു ചോദ്യവും കൂടി ചോദിച്ചു. 'സുനന്ദേ കൈരളി ടി.വി. ചാനലിലെ കാവ്യാലാപന പരിപാടിക്ക് 'മാമ്പഴം' എന്ന പേർ നല്കിയതിന്റെ ഔചിത്യവും മോൾക്ക് ഇപ്പോൾ മനസ്സിലായോ'

മനസ്സിലായി മുത്തശ്ശാ. നല്ല കഥ. 'ഞങ്ങൾക്ക് വളരെ ഇഷ്ടമായി'

കുഞ്ഞുങ്ങൾ വീണ്ടും മുത്തശ്ശനെ ചുറ്റിപ്പറ്റിനിന്നു. അനഘയ്ക്ക എന്തോ പറയാനുണ്ട്. മുത്തശ്ശന് സംശയം തോന്നി.

അനഘയക്ക് എന്തോ പറയാനുള്ളതു പോലെ തോന്നുന്നു. എന്താ അനഘേ?

മുത്തശ്ശാ ഞങ്ങൾ നാളെയും വരും. മുത്തശ്ശന്റെ കഥകേൾക്കാൻ. ആരു പറഞ്ഞു മുത്തശ്ശൻ നാളെയും കഥ പറയുമെന്ന്?

അല്ല മുത്തശ്ശാ! മുത്തശ്ശൻ കഥ പറഞ്ഞുതരണം. ഞങ്ങൾക്ക് വളരെ ഇഷ്ടമാണ്. സുനന്ദയും സുശോഭും പറയുന്നുണ്ട്.

അതിനെന്താ സുനന്ദയും സുശോഭും ഇവിടെത്തന്നെയല്ലേ അവർക്ക് എപ്പോൾ വേണമെങ്കിലും പറഞ്ഞുകൊടുത്തൂടെ? പിന്നെ അനഘയുടെ കാര്യം ശരി. അനഘയ്ക്ക് അത്ര താല്പര്യമാണെങ്കിൽ നാളെ വന്നോളൂ. ഇതേ സമയത്ത്.

ശരി, മുത്തശ്ശാ

അനഘയുടെ മുഖത്ത് എന്തെന്നില്ലാത്ത സന്തോഷം സുനന്ദയും സുശോഭും ചേർന്ന് അനഘയെ യാത്രയാക്കി.

●

വാഴക്കുല

കഥ കേൾക്കാനുള്ള താല്പര്യം കുട്ടികളെപ്പോലെ മറ്റാർക്കാണുള്ളത്. 'മാമ്പഴം' എന്ന കഥ എത്ര കൗതുകത്തോടെയാണ് അവർ കേട്ടുകൊണ്ടിരുന്നത്? കഥയുടെ അവസാനമായപ്പോഴെക്കും അവരുടെ കണ്ണുകൾ ഈറനണിഞ്ഞു. അതു കണ്ട് മുത്തശ്ശനും വികാരതരളിതനായി. കഥ പറയൽ തുടർന്നും നടത്താമെന്ന് മുത്തശ്ശൻ ഉറപ്പുനൽകിയതോടെയാണ് അവർ വിഷാദഭാവം കളഞ്ഞ് ഉന്മേഷഭരിതരായത്.

അങ്ങിനെ കുഞ്ഞുങ്ങൾ കഥ കേൾക്കാനുള്ള ഔൽസുക്യത്തോടെ പിറ്റദിവസം മുത്തശ്ശന്റെ മുമ്പിൽ ഹാജരായി. കൂടെ മൂന്നു പേർ കൂടിയുണ്ട്. അനഘയോടു മുത്തശ്ശൻ ചോദിച്ചു. "ആരാണ് പുതിയ കൂട്ടുകാർ? അനഘ അവരെ പരിചയപ്പെടുത്തി.

ഇതാ, ഇവൾ എന്റെ ക്ലാസിൽ പഠിക്കുന്ന സലീന, രണ്ടാമത്തെത് സുശാഭിന്റെ ക്ലാസിൽ പഠിക്കുന്ന സഹീർ, മൂന്നാമത്തേതു ശ്യാം. എന്റെ അയൽവാസി. ശ്യാം എട്ടാം ക്ലാസിൽ പഠിക്കുന്നു. മുത്തശ്ശൻ കഥ പറഞ്ഞുകൊടുക്കുന്നുണ്ടെന്ന് കേട്ടപ്പോൾ അവരും വന്നതാണ്.

ഓഹോ! അങ്ങിനെയാണോ?

മുത്തശ്ശൻ പറഞ്ഞു. വളരെ നന്നായി. അപ്പോൾ ഇന്നലെ പറഞ്ഞ കഥ അവർക്കറിയാമോ?

അതെ മുത്തശ്ശാ, അതു ഞങ്ങൾ അവർക്ക് പറഞ്ഞുകൊടുത്തിട്ടുണ്ട്. അനഘ സന്തോഷത്തോടെ പറഞ്ഞു.

നീ, ഒരു മിടുക്കിതന്നെയാണല്ലേ! മുത്തശ്ശൻ അവരെ അഭിനന്ദിച്ചു.

നമുക്ക് ഇന്നത്തെ കഥയിലേക്ക് കടക്കാം.

ഇന്ന് പറയാൻ പോകുന്നകഥ മഹാകവി ചങ്ങമ്പുഴ കൃഷ്ണപിള്ളയുടെ പ്രസിദ്ധമായ വാഴക്കുല എന്ന കവിതയിലേതാണ്. ചങ്ങമ്പുഴയെപ്പറ്റി നിങ്ങൾ കേട്ടിട്ടുണ്ടോ? മുത്തശ്ശൻ ചോദിച്ചു.

ഉവ്വ്. എല്ലാവരും ഒന്നിച്ചു പറഞ്ഞു. മുത്തശ്ശന് അത്ഭുതമായി. അതിന്റെ സത്യാവസ്ഥ മനസ്സിലാക്കാൻ രണ്ടാം ക്ലാസിൽ പഠിക്കുന്ന സുശോഭിനോട് ചോദിച്ചു. ‘സുശോഭേ, മോൻ എവിടെ നിന്നാണ് ചങ്ങമ്പുഴയെപ്പറ്റി കേട്ടത്? ചങ്ങമ്പുഴയുടെ കവിത ഞങ്ങളുടെ പാഠപുസ്തകത്തിലുണ്ട് മുത്തശ്ശാ. ഉവ്വോ? എങ്കിൽ മോനറിയാവുന്ന നാലു വരികൾ പാടാമോ? സുശോഭ് യാതൊരു കൂസലും കൂടാതെ പാടി

മലരണിക്കാടുകൾ തിങ്ങി വിങ്ങി
മരതകക്കാന്തിയിൽ മുങ്ങിമുങ്ങി
കരളും മിഴിയും കവർന്നു മിന്നി
കറയറ്റൊരാലസൽ ഗ്രാമഭംഗി

മുത്തശ്ശന് വളരെ സന്തോഷമായി. മറ്റു കൂട്ടുകാരും സുശോഭിന്റെ പദ്യം ചൊല്ലൽ താല്പര്യപൂർവ്വം കേട്ടു. മുത്തശ്ശൻ പറഞ്ഞു. രണ്ടാം ക്ലാസിൽ പഠിക്കുന്ന സുശാഭിനു പോലും ചങ്ങമ്പുഴയെ അറിയാം. പിന്നെ മറ്റുള്ളവരുടെ കാര്യം പറയാനുണ്ടോ? എന്നാൽ ഈ വരികൾ ചങ്ങമ്പുഴയുടെ ഏതു കൃതിയിലേതാണെന്ന് അറിയാമോ? രമണൻ... രമണൻ. കുഞ്ഞുങ്ങൾ ആവേശപൂർവ്വം വിളിച്ചു പറഞ്ഞു.

മഹാകവി ചങ്ങമ്പുഴ രമണനെക്കൂടാതെ ധാരാളം കവിതകൾ എഴുതിയിട്ടുണ്ട്. അദ്ദേഹം എഴുതിയ ചില കവിതാസമാഹാരങ്ങളുടെ പേർമാത്രം മുത്തശ്ശൻ പറയാം. സ്വരരാഗസുധ, പാടുന്ന പിശാച്, രക്തപുഷ്പങ്ങൾ, സ്പന്ദിക്കുന്ന അസ്ഥിമാടം, യവനിക,

നീറുന്നതീച്ചൂള, ബാഷ്പാഞ്ജലി, മൗനഗാനം, മണിവീണ തുടങ്ങി മുപ്പതിലേറെ കൃതികൾ. ഇവയിൽ രക്തപുഷ്പങ്ങൾ എന്ന കൃതിയിലെ ഒരു കവിതയാണ് വാഴക്കുല. ചങ്ങമ്പുഴയുടെ വളരെ പ്രസിദ്ധമായ ഒരു കഥാകവിത. വാഴക്കുലയിൽ നല്ല ഒരു കഥ അടങ്ങിയിട്ടുണ്ട്, ഈ കഥ കേൾക്കുമ്പോൾ ഒരു പക്ഷേ നിങ്ങൾക്ക് വിശ്വസിക്കാൻ തന്നെ പ്രയാസമായിതോന്നും. അതു നമുക്ക് കഥ കേട്ടിട്ടു തീരുമാനിക്കാം.

കുട്ടികളേ, കഥയിലേക്ക് കടക്കുമ്പോൾ ഒരു കാര്യം നിങ്ങളുടെ ശ്രദ്ധയിൽപ്പെടുത്തണമെന്ന് മുത്തശ്ശൻ വിചാരിക്കുന്നു. എന്താണ് അതെന്നല്ലേ? പറയാം.

പണ്ട് ഏതാണ്ടു 50 വർഷങ്ങൾക്ക് മുമ്പു വരെ നമ്മുടെ കേരളത്തിൽ ജന്മിത്തം നിലനിന്നിരുന്നു. എന്താണ് ജന്മിത്തം? ഭൂമിയുടെ ഉടമകളായി ധാരാളം സ്ഥലം കൈവശം വെച്ചുപോന്നവർ അവർക്കായിരുന്നു ഭൂമിയുടെ അവകാശം. അവരുടെ കൈവശമുള്ള ഭൂമിയിൽ കൃഷിപ്പണി ചെയ്യുന്നതിന് കുറെ പേരെ താമസിപ്പിക്കുമായിരുന്നു അവരുടെ ജീവിതം അടിമകളെപ്പോലെയായിരുന്നു. ജന്മിമാർക്ക് ഇഷ്ടമില്ലാതെ വന്നാൽ അവരെ, അവരുടെ കൂരകളിൽ നിന്ന് ഒഴിപ്പിച്ചുവിടുമായിരുന്നു. അവർക്ക് സ്വന്തമായി ഭൂമിയോ കിടപ്പാടമോ ഒന്നുമില്ലായിരുന്നു. അവരുടെ ജീവനും ജീവിതവും ജന്മിമാർക്ക് അടിയറ വെക്കുകയായിരുന്നു. ജാതിയിൽ താണവരായ ഇവരെ 'അടിയാളർ' എന്നു വിളിച്ചുപോന്നു. അങ്ങിനെ ഒരു ജന്മിയുടെ അടിയാളനായ മലയപ്പുലയന്റേയും കുടുംബത്തിന്റെയും ദയനീയമായ ഒരു കഥയാണ് വാഴക്കുല.

കുട്ടികൾക്ക് ജന്മിത്തവും അടിയാള വ്യവസ്ഥയും എന്താണെന്ന് തികച്ചും മനസ്സിലായോ എന്ന് മുത്തശ്ശന് സംശയം ഇല്ലാതില്ല. അവർ ജന്മിത്തം ഇല്ലാത്ത ഒരു വ്യവസ്ഥിതിയിലാണ് ഇപ്പോൾ ജീവിക്കുന്നത്. അതുകൊണ്ടു അവർക്ക് അതെല്ലാം പഴങ്കഥകൾ മാത്രം. എങ്കിലും അക്കാലത്ത് നടന്ന ഒരു സംഭവം പറയുന്നതു കേൾക്കാൻ അവർ കാതോർക്കുകയാണ്.

മലയപ്പുലയനും കുടുംബവും താമസിക്കുന്ന ഒരു മാടം. ആദ്യമായി മഴ പെയ്ത ഒരു ദിവസം മലയപ്പുലയൻ മാടത്തിന്റെ മുറ്റത്തു ഒരു വാഴത്തൈ നട്ടു. മലയന്റെ മനസ്സിലെ ആശകൾ തളിരെടുക്കുന്നതു പോലെതന്നെ തൈവാഴയിൽ മരതകക്കൂമ്പുകൾ വിരിഞ്ഞു. മലയപ്പുലയന്റെ വീട്ടുകാരി അഴകി തന്റെ കുഞ്ഞുങ്ങളെ നോക്കുന്നതുപോലെ ആ വാഴയെ സ്നേഹിച്ചു വളർത്തി.

അങ്ങിനെ ദിവസങ്ങൾ നീങ്ങി. മഴപോയി ആകാശം തെളിഞ്ഞു. വയലുകളിൽ കൃഷിപ്പണി തുടങ്ങി. നിലം ഉഴാൻ വേണ്ടി മലയൻ പോകും. കൂടെ അഴകിയും ഉണ്ടാകും. അവർ അതിരാവിലെ പോയാൽ അന്തിയാകുമ്പോൾ മാത്രമേ തിരിച്ചെത്തുകയുള്ളൂ. എങ്കിലും ആ വാഴക്ക് വെള്ളം നനയ്ക്കാൻ അവർ മറക്കാറില്ല. അങ്ങിനെ നിരന്തരമായ ശുശ്രൂഷ കൊണ്ടു വാഴ വളരെ വേഗം വളർന്നു വലുതായി. മലയപ്പുലയന്റെ കുഞ്ഞുങ്ങൾക്ക് എന്തൊരു ഉത്സാഹമായിരുന്നു വെന്നോ! അവരെല്ലാം ആ വാഴയുടെ ചുറ്റും കൂടും. അവിടെ ആർപ്പും വിളിയുമായി കളിച്ചുകൊണ്ടിരിക്കും. ചിലപ്പോൾ അവർ തമ്മിൽ പിണങ്ങും. പട്ടിണിപ്പാവങ്ങളും ഉടു തുണിയില്ലാത്തവരുമായ കുഞ്ഞുങ്ങൾ അവരുടെ ദയനീയസ്ഥിതി മറന്നു കൊണ്ട് പ്രതീക്ഷയോടെ ആ വാഴച്ചോട്ടിൽ ദിവസങ്ങൾ തള്ളി നീക്കും.

മലയപ്പുലയന്റെ മക്കളിൽ ഒരാളാണ് മാതേവൻ. ഒരു ദിവസം അവൻ പറഞ്ഞു. '' ഈ ഞാലിപ്പൂവന്റെ പഴത്തിന് എന്തു സ്വാദാ യിരിക്കും? അതു കേട്ട തേവൻ മാതേവനെ കളിയാക്കിച്ചിരിച്ചു. അവൻ പറഞ്ഞു. ''കുല വരാറായിട്ടില്ല. അതിനു മുമ്പുതന്നെ കൊതിയന്റെ നാവിൽ വെള്ളമൂറി.'' നീലിക്ക് പരിഭവം മാത്രമെ ഉള്ളു. അവൾ പറഞ്ഞു. 'അച്ഛൻ അരിവാങ്ങാൻ കുല ആർക്കെ ങ്കിലും വെട്ടിവിൽക്കും.'' അപ്പോൾ കരിവള്ളോന് അരിശം കയറി. ''എടീ നിന്റെ കരിനാക്കുകൊണ്ടു ഒന്നും പറയൊല്ല. അവൻ കല് പിച്ചു. അതു കേട്ട് അവൾ മാറിനിന്നു. കെറുവിച്ചുകൊണ്ടു പ റഞ്ഞു. 'പഴമാകട്ടെ കാണിച്ചുതരാം. നിങ്ങൾ ആരും കാണാതെ ഞാൻ കട്ടുതിന്നും. അപ്പോൾ കരിവള്ളോനും ദേഷ്യം കത്തിക്ക യറി. അവൻ പറഞ്ഞു. 'അതൊക്കെ കാണാമെടി. നിനക്ക് ചൂരപ്പഴമാ വേണ്ടത്? അതിമോഹം കുറെ കൂടിപ്പോകുന്നു. നിന്റെ തുടയുടെ തൊലി ഞാൻ ഉരിഞ്ഞെടുക്കുന്നതു നീ കണ്ടോ? ഇങ്ങിനെ ദിവസവും ആ വാഴച്ചുവട്ടിൽ കൊതിയക്കൂട്ടം ഒത്തു ചേരും.

ഇത്രയും പറഞ്ഞ് മുത്തശ്ശൻ അല്പമൊന്ന് നിർത്തി. കുട്ടിക ളുടെ മനോഗതമെന്തെന്ന് അറിയാൻ വേണ്ടിത്തന്നെ. കൊതിയ ന്മാരുടെ കളിതമാശകളും ആശകളും പരിഭവങ്ങളും പായ്യാരങ്ങ ളുമൊക്കെ കുട്ടികൾക്ക് ഇഷ്ടപ്പെട്ടിരിക്കുന്നുവെന്ന് മുത്തശ്ശന് ബോദ്ധ്യമായി. ''എങ്ങിനെയുണ്ട് കഥ'' നിങ്ങൾക്ക് ഇഷ്ടപ്പെ ടുന്നുണ്ടോ''? മുത്തശ്ശൻ വെറുതെ ഒരു ചോദ്യം എടുത്തിട്ടു. 'വളരെ രസമുണ്ട്. നല്ല കഥയാണ്. പാവം കുട്ടികളുടെ അവസ്ഥ കാ

ണുമ്പോൾ സങ്കടമുണ്ട്. മുത്തശ്ശാ'' കുട്ടികൾ അവരുടെ മനസ്സ് തുറന്നു സങ്കടം മനസ്സിലൊതുക്കി തുടർന്നു. കേട്ടോളൂ.

കുട്ടികളുടെ ആഗ്രഹമറിഞ്ഞിട്ടോ, എന്തോ വാഴ വളർന്ന് വലുതായി. അങ്ങിനെ ഒരു ദിവസം വാഴ കുലച്ചു. അന്ന് മാടത്തിൽ എന്തൊരാഹ്ലാദമായിരുന്നു! പൊന്നോണം പുലർന്നതുപോലെ. സഹോദരി സഹോദരന്മാർ എല്ലാവരും നല്ല ഇണക്കത്തിലായി. കരിവള്ളോൻ നീലിയോട് പിന്നെ കലഹിക്കാൻ പോയില്ല. അവൾ പഴം കട്ടുതിന്നാലോ എന്ന് അവൻ പേടിച്ചു. തന്നെയല്ല, അവളോടു മെല്ലെ പറ്റിക്കൂടിയാൽ ഒരു പങ്ക് അവനുകിട്ടും. അങ്ങിനെ കരിവള്ളോനും മാതേവനും, തേവനും, നീലിയും, കേളനും അന്യോന്യം സ്നേഹിച്ചും വിശ്വസിച്ചും പെരുമാറിപ്പോന്നു. മക്കളുടെ സന്തോഷം കണ്ടപ്പോൾ അമ്മ അഴകിയുടെ മനസ്സ് നിറഞ്ഞു. മലയനാണെങ്കിൽ കുല പഴുത്തുകാണാനുള്ള തിടുക്കവും. പൈതങ്ങൾക്ക് എങ്ങനെയെങ്കിലും ഒരു സമ്മാനം കൊടുക്കാമല്ലോ എന്ന് മലയൻ ആശിച്ചു. എത്ര കഠിനമായി അദ്ധ്വാനിച്ചാലും കുഞ്ഞുങ്ങൾക്ക് അരവയർ കഞ്ഞി കൊടുക്കാൻ പോലും മലയന് കഴിയാറില്ല. എന്നാൽ ജന്മിത്തമ്പുരാക്കന്മാരുടെ മാളികയിൽ കുട്ടികൾ പഞ്ചാരപ്പാലട ഉണ്ട് ഉറങ്ങുന്നു. തന്റെ കുഞ്ഞുങ്ങളാവട്ടെ പട്ടിണി സഹിച്ചുകൊണ്ടു ഉച്ചനേരത്തെ കൊടിയ ചൂടിൽ അലഞ്ഞു നടക്കുന്നു. അവർക്ക് തൊണ്ട നനയ്ക്കാൻ അടുത്തുള്ള തോട്ടിലെ വെള്ളം മാത്രം. മഹാകവി ചങ്ങമ്പുഴ ഇതേ വിധം പണക്കാർ അനുഭവിക്കുന്ന സുഖ സൗകര്യങ്ങളും അതേ സമയം പട്ടിണിപ്പാവങ്ങൾ അനുഭവിക്കുന്ന ദുരിതങ്ങളും നമ്മെ ഓർമ്മപ്പെടുത്തുകയാണെന്ന് മുത്തശ്ശൻ കുട്ടികളെ ധരിപ്പിച്ചു. തുടർന്നുള്ള കഥാഭാഗത്തേക്ക് കുട്ടികളുടെ ശ്രദ്ധക്ഷണിച്ചു.

കുട്ടികളെ, മലയപ്പുലയൻ മൂത്തുപഴുത്ത വാഴക്കുല വെട്ടാൻ വേണ്ടി വാഴയുടെ അടുത്തു ചെന്നു. അവൻ കുല തൊടാൻ നോക്കിയതേള്ളൂ. അപ്പോഴേക്കും തമ്പുരാന്റെ കല്പന ഇടിമുഴക്കം പോലെ അവന്റെ മനസ്സിൽ പ്രതിധ്വനിച്ചു. ആ ശബ്ദം ചക്രവാളം തകർത്തലറുന്നതുപോലെ അവനു തോന്നി. കുല വെട്ടി വീട്ടിലെത്തിക്കണമെന്നായിരുന്നു തമ്പുരാന്റെ കല്പന. മലയപ്പുലയൻ മരപ്പാവകണക്കെ മരവിച്ചു നിന്നുപോയി. മുഖത്ത് രക്തപ്രകാശം തീരെ ഇല്ലാതായി. ദുഃഖം കൊണ്ട് മനസ്സ് ചുട്ടുപൊള്ളി. ഇതൊന്നും കുഞ്ഞുങ്ങളറിയുന്നില്ല. അവർ സന്തോഷം കൊണ്ടു തുള്ളിച്ചാടുകയാണ്. അച്ഛൻ വാഴക്കുല വെട്ടുന്നു. അവർ

അന്യോന്യം കെട്ടിപ്പിടിച്ചു. ഉമ്മവെച്ചു. മാതേവൻ, കേളന്റെ തോളത്ത് തട്ടി താളം പിടിച്ചു. കേളന്റെ കണ്ണുകളിൽ സന്തോഷത്തിന്റെ തിളക്കം. ഇതെല്ലാം കാണുന്ന മലയപ്പുലയന് ദുഃഖമടക്കാനാകുന്നില്ല. കണ്ണുകളിൽ നിന്ന് കണ്ണുനീർ ഇറ്റിറ്റു വീണുകൊണ്ടിരുന്നു. കുഞ്ഞുങ്ങൾ സന്തോഷം കൊണ്ട് മതിമറന്നിരിക്കുമ്പോൾ അഴകിയുടെ ഏങ്ങലടി ഉയർന്നു. എല്ലാവരും അമ്പരന്നു. കുഞ്ഞുങ്ങൾക്ക് ഒന്നും മനസ്സിലാവുന്നില്ല.

മലയൻ കുലവെട്ടി, തോളിലേറ്റി, അപ്പോഴും ദുഃഖം അടക്കാൻ കഴിഞ്ഞില്ല. കുലയും തോളിലേറ്റി കുറേ നേരം മലയൻ അനങ്ങാതെ നിന്നു. എന്തൊരു നിർഭാഗ്യം! മലയന് ഒന്നും മിണ്ടാൻ കഴിയുന്നില്ല. മനസ്സ് എന്തോ പറയാൻ വെമ്പുന്നു. പക്ഷേ കണ്ഠം ഇടറുന്നു. പ്രയാസപ്പെട്ട് ഒച്ച വരുത്തി. അക്ഷരങ്ങൾ ചങ്കിൽ തടഞ്ഞുനിന്നു. ഒടുവിൽ ഏതാനും അക്ഷരങ്ങൾ പുറത്തു വന്നു.

''മക്കളെ, കരയാതെ, തമ്പുരാൻ കല്പിച്ചു. നമുക്ക് ഒരു വാഴ വേറെ വെക്കാം. ഞാൻ കൊണ്ടു പോട്ടെ.''

ഇത്രയും പറഞ്ഞൊപ്പിച്ച് മലയൻ നടന്നു. മാടത്തിൽ നിന്ന് അഴകിയും മക്കളും അലമുറയയിട്ട് കരഞ്ഞു. ആരു കേൾക്കാൻ? ഈ പാവങ്ങളുടെ സങ്കടം ആരറിയുന്നു? പണക്കാരൻ ഉണ്ടാക്കുന്ന നിയമങ്ങളാണല്ലോ. കവി തന്റെ നിസ്സഹായത ലോകത്തോടു വിളിച്ചു പറയുന്നു. തനിക്ക് ഒന്നും പറയാനില്ലെന്ന് പറഞ്ഞ്. ഈ ദുഃഖകരമായ കഥ നമ്മുടെ മനസ്സിലേക്ക് എറിഞ്ഞു തന്ന് മഹാകവി പിൻ വാങ്ങുന്നു.

കുഞ്ഞുങ്ങൾ കഥ ശ്രദ്ധാപൂർവ്വം കേട്ടു. അവരുടെ മനസ്സിൽ ഉണർന്ന വികാരങ്ങൾ എന്തായിരിക്കുമെന്ന് ഊഹിക്കാവുന്നതേയുള്ളൂ. ദുഃഖവും പ്രതിഷേധവും വെറുപ്പും എല്ലാമടങ്ങുന്ന സമ്മിശ്ര വികാരങ്ങൾ കുഞ്ഞുമനസ്സുകളിലും തിരതല്ലുന്നുണ്ടാകും സംശയമില്ല. മുത്തശ്ശൻ കൂടുതൽ അന്വേഷണങ്ങൾക്ക് മുതിർന്നില്ല. അവരെ സ്നേഹപൂർവ്വം യാത്രയാക്കി.

●

പെരുന്തച്ചൻ

മഹാകവി ചങ്ങമ്പുഴ കൃഷ്ണപിള്ളയുടെ വാഴക്കുല എന്ന കവിതയിലെ ഹൃദയസ്പർശിയായ കഥ കേട്ട് മടങ്ങിയ കുട്ടികൾ വർദ്ധിതമായ ആവേശത്തോടെ പിറ്റെ ദിവസം മുത്തശ്ശനെ തേടിയെത്തി. അവർക്ക് പുതിയ കഥ കേൾക്കണം. മുത്തശ്ശനും കുഞ്ഞുങ്ങളെ കാത്തിരിക്കുകയാണ്.

കുഞ്ഞുങ്ങൾ എത്തി. മുത്തശ്ശൻ ആലോചിച്ചുറപ്പിച്ച കഥ പറയാനാരംഭിച്ചു. കുഞ്ഞുങ്ങളേ, മുത്തശ്ശൻ നിങ്ങളോട് പറയുന്ന കഥകൾക്ക് ഒരു പ്രത്യേകതയുണ്ട്. നമ്മുടെ മലയാള സാഹിത്യത്തിലെ മഹാശ്രേഷ്ഠരായ കവികളുടെ കവിതകളെ ആസ്പദമാക്കിയുള്ള കഥകളാണ് മുത്തശ്ശൻ പറയുന്നത്. അതായതു കവിത തുളുമ്പുന്ന കഥകൾ. കഥ കേൾക്കുന്നതോടൊപ്പം മഹാകവികളുടെ കവിതകളും നിങ്ങൾക്ക് പരിചയപ്പെടാമല്ലോ. ഇന്ന് നമുക്ക് മഹാകവി ജി. ശങ്കരക്കുറുപ്പിന്റെ പെരുന്തച്ചൻ എന്ന കവിതയിലെ കഥ എന്തെന്ന് നോക്കാം. മഹാകവി ജി. ശങ്കരക്കുറുപ്പിനെപ്പറ്റി ഇതിനു മുമ്പു സൂചിപ്പിച്ചിട്ടുള്ളത് ഓർക്കുമല്ലോ. ആദ്യത്തെ ജ്ഞാനപീഠം പുരസ്ക്കാരം കരസ്ഥമാക്കിയ മലയാളത്തിന്റെ

മഹാകവി. അദ്ദേഹം നാല്പത്തൊമ്പതോളം കൃതികൾ രചിച്ചു. അവയിൽ പ്രധാനമായവയാണ് ഓടക്കുഴൽ, സാഹിത്യകൗതുകം, നിമിഷം, നന്ദനം, സൂര്യകാന്തി, പഥികന്റെ പാട്ട്, മേഘച്ഛായ, ചെങ്കതിരുകൾ, വിശ്വദർശനം, മധുരം സൗമ്യം ദീപ്തം. തുടങ്ങിയവ,

അദ്ദേഹത്തിന്റെ ശ്രദ്ധേയമായ കവിതകളിൽ ഒന്നാണ് പെരുന്തച്ചൻ. ആരാണ് പെരുന്തച്ചൻ? എന്താണ് ആ വാക്കിന്റെ അർത്ഥം? തച്ചൻ എന്നാൽ ആശാരിയല്ലേ മുത്തശ്ശാ? സുനന്ദ ചോദിച്ചു. അതെ എന്ന് മുത്തശ്ശൻ. എന്നാൽ പെരുന്തച്ചനോ? പെരിയ തച്ചൻ അതായത് വലിയ ആശാരി. അല്ലേ? മരത്തിൽ പണിചെയ്യുന്നവരാണല്ലോ ആശാരിമാർ. നമ്മുടെ വീടുകൾക്ക് വാതിൽ, ജനൽ, മേല്പുര എന്നിവയൊക്കെ നിർമ്മിക്കുന്നു. മരംകൊണ്ടു വീട്ടുപകരണങ്ങൾ ഉണ്ടാക്കുന്നു. മരത്തിൽ കൊത്തുവേലകൾ ചെയ്യുന്നു. ഇതൊക്കെ നിങ്ങൾ കണ്ടിരിക്കും. അങ്ങിയുള്ള തച്ചന്മാരുടെ മുതുമുത്തശ്ശനായ പെരുന്തച്ചനെപ്പറ്റിയാണ് ഈ കഥ. പെരുന്തച്ചനെപ്പറ്റി ഒരു ഐതിഹ്യമുണ്ട്. ഉളിയന്നൂർ പെരുന്തച്ചൻ പറയിപെറ്റ പന്തിരുകുലത്തിൽ ഉൾപ്പെടുന്ന ഒരു മഹാനാണ്. വരരുചി എന്ന ബ്രാഹ്മണന് ഒരു പറയിയിൽ ജനിച്ച മകൻ. പറയിപെറ്റ് പന്തിരുകുലമെന്നതു ഒരു പുരാതനകഥയാണ്. നാറാണത്ത് ഭ്രാന്തനെപ്പറ്റി കേട്ടിട്ടില്ലേ നിങ്ങൾ? വി. മധുസൂദനൻ നായരുടെ പ്രസിദ്ധമായ ഒരു കവിതയില്ലേ? നാറാണത്ത് ഭ്രാന്തൻ. നാറാണത്തുഭ്രാന്തൻ എന്ന കവിതയിലെ നാലുവരികൾ മുത്തശ്ശൻ പാടി.

പന്ത്രണ്ടു മക്കളെ പെറ്റൊരമ്മേ
നിന്റെ മക്കളിൽ ഞാനാണു ഭ്രാന്തൻ
പന്ത്രണ്ടു രാശിയും നീട്ടുമമ്മേ
നിന്റെ മക്കളിൽ ഞാനാണനാഥൻ.

ഇത് കേട്ടിട്ടുണ്ട് മുത്തശ്ശാ. കുട്ടികൾ പറഞ്ഞു. ശരി, ബാക്കി കഥ കേട്ടോളൂ മുത്തശ്ശൻ പന്തിരുകൂലത്തെ സംബന്ധിച്ചു ഒരു ചെറിയ വിവരണം നൽകി. പന്തിരുകുലത്തിൽ പിറന്നവരെല്ലാം വലിയ കഴിവുള്ളവരായിരുന്നു. അവരിൽ ബ്രാഹ്മണൻ മുതൽ പറയൻവരെ വിവിധ ജാതികളിൽ പെട്ടവരും പലതരം തൊഴിലുകളിൽ ഏർപ്പെട്ടവരും ഉണ്ടായിരുന്നു. ആ പന്ത്രണ്ടുപേർ ആരെല്ലാമെന്നറിയണ്ടേ? വേണം, കുട്ടികൾ ഒന്നിച്ചു. ആവശ്യപ്പെട്ടു. എന്നാൽ കേട്ടോളൂ. മുത്തശ്ശൻ കൈവിരലിൽ എണ്ണിക്കൊണ്ടു പറഞ്ഞു. മേളത്തോൾ അഗ്നിഹോത്രി, രജകൻ, ഉളിയന്നൂർ തച്ചൻ.

വള്ളോൻ, വായില്ലാകുന്നിലപ്പൻ, വടുതലനായർ, കാരയ്ക്കൽ മാത, ഉപ്പുകൂറ്റൻ, പാണനാർ, നാറാണത്തു ഭ്രാന്തൻ, അകവൂർ ചാത്തൻ, പാക്കനാർ ഇവരാണ് പന്ത്രണ്ടുപേർ.

പന്തിരുകുലത്തിലെ മറ്റുള്ളവരെപ്പോലെതന്നെ ഉളിയന്നൂർ തച്ചനും മഹാപണ്ഡിതനും തച്ചുശാസ്ത്രത്തിൽ വിദഗ്ദനുമായിരുന്നു. ആശാരിപ്പണിയിൽ അദ്ദേഹത്തെ തോൽപിക്കുവാൻ ആർക്കും കഴിഞ്ഞിരുന്നില്ല. അദ്ദേഹത്തെ ആദരപൂർവ്വം പെരുന്തച്ചൻ എന്നു വിളിക്കാൻ തുടങ്ങി. എത്രയെത്ര ഗോപുരങ്ങളും ശില്പങ്ങളും ആ കൈകൾകൊണ്ടു നിർമ്മിച്ചിട്ടുണ്ട്! അങ്ങിനെയുള്ള പെരുന്തച്ചന്റെ ജീവിതം ഒരു ദുരന്തകഥയയായി മാറിയതിന്റെ ചിത്രമാണ് മഹാകവി ഈ കവിതയിലൂടെ വരച്ചു കാട്ടുന്നത്.

പെരുന്തച്ചന് ആറ്റു നോറ്റ് ഒരു ഉണ്ണി പിറന്നു. പെരുന്തച്ചനും ഭാര്യ നാനിയും ആ കുഞ്ഞിനെ സ്നേഹിച്ചും ലാളിച്ചും വളർത്തി. നന്നായി പഠിപ്പിച്ചു. തച്ചുശാസ്ത്രത്തിൽ വിദഗ്ദ്ധനായി കൊത്തുവേലകളിലും ശില്പങ്ങളുടെ നിർമ്മാണത്തിലും അച്ഛനേക്കാൾ മികവു പ്രകടിപ്പിച്ചു. അങ്ങനെ പ്രശസ്തനായിത്തീർന്ന മകൻ ദൗർഭാഗ്യമെന്ന് പറയട്ടെ അകാലത്തിൽ മരണമടഞ്ഞു. അച്ഛന് സംഭവിച്ച ഒരു കൈത്തെറ്റു മൂലമായിരുന്നു മകന്റെ ദാരുണമായ മരണം. പെരുന്തച്ചനേയും നാനിയേയും ഇത് വല്ലാതെ വേദനിപ്പിച്ചു. മകൻ നഷ്ടപ്പെട്ട ദുഃഖം അടക്കാനാവാതെ അവർ ജീവിതം തള്ളിനീക്കി.

വയസ്സു ഏറെ ചെന്ന പെരുന്തച്ചന്റെ ഓർമ്മകളിലൂടെ ഈ കഥയുടെ ചുരുളുകളഴിക്കുകയാണ് മഹാകവി.

‘‘പെരുന്തച്ചൻ പ്രായാധിക്യം കൊണ്ടു ബുദ്ധി മുട്ടുകയാണ്. രോഗം ബാധിച്ചു കിടക്കുന്ന വൃദ്ധയായ ഭാര്യ നാനി മാത്രമെ തുണയായുള്ളൂ. പെരുന്തച്ചൻ തന്റെ കൂരയിൽ ചുരുണ്ടു കിടക്കുകയാണ്. വാതം പിടിപെട്ട് ശരീരം എല്ലും തോലുമായിരിക്കുന്നു ശ്വാസം മാത്രമുണ്ട് ജീവനുള്ളതിന്റെ തെളിവായി.

ഒരു ദിവസം പെരുന്തച്ചന് അല്പം ആശ്വാസമുള്ളതായിതോന്നി. മീനമാസം കാലം. ഉളികൊണ്ടു തൊട്ടാൽ സ്വർണ്ണം പോലെ മിന്നുന്ന പ്ലാവും തോണി ഉണ്ടാക്കാൻ പറ്റിയ കാതലുള്ളതും പൂത്തുലഞ്ഞു നിൽക്കുന്നതുമായ തേന്മാവും വീടിന്റെ ഇറയത്ത് ഇറങ്ങിനിന്ന് ഒന്നു കാണാൻ കഴിഞ്ഞെങ്കിൽ എന്ന് പെരുന്തച്ചൻ ആശിച്ചു. പറമ്പിലാണെങ്കിൽ ഒരു കുറ്റി വാഴപോലുമില്ല. മരം കാണുമ്പോൾ എന്തു സന്തോഷമാണ്? പെരുന്തച്ചൻ പഴയ കാല

ത്തിലേക്ക് മനസ്സിനെ തുറന്നുവിട്ടു. ഉളിയന്നൂർ അമ്പലമൈതാനത്തിൽ ഒമ്പതാൾ പിടിച്ചാലും പിടികിട്ടാത്ത തമ്പകമരമുണ്ട്. കണ്ണുകൊണ്ടു അളന്നിട്ടു എൺപതു കോലിലധികം കാണും. അതു മുറിച്ചാൽ നാട്ടിലെ പുരകൾക്കെല്ലാം മോന്തായം തീർക്കാനുള്ള മരം കിട്ടും. അതുമല്ലെങ്കിൽ ഇല്ലത്തെ മാളികകൾക്ക് ചീലാന്തി പണിയുകയുമാവാം. പെരുന്തച്ചൻ സ്വപ്ന ലോകത്ത് വിഹരിക്കുകയായിരുന്നു. അല്പം കഴിഞ്ഞു പെരുന്തച്ചൻ യഥാർത്ഥ ലോകത്തിലേക്ക് തന്നെ തിരിച്ചുവന്നു. എന്തുചെയ്യാം. ആ മരത്തിൽ എനിക്ക് ഇന്ന് ഉളിപ്രായോഗിക്കാൻ കഴിയില്ലല്ലോ. എന്റെ ശരീരം പൂതലിച്ചു പോയില്ലേ. പെരുന്തച്ചൻ സങ്കടപ്പെട്ടു. തന്നെ സഹായിക്കാനാരാണുള്ളത്? ഭാര്യ നാനിയുണ്ട്. പാവം. അവൾ ഇപ്പോൾ കെളവിയായിരിക്കുന്നു. ചെവി കേൾക്കില്ല. കൂട്ടത്തിൽ പഴയകാലവും തച്ചൻ ഓർത്തെടുത്തു. അന്ന് അവൾ എന്തൊരു സുന്ദരിയായിരുന്നു! പൂത്ത ചെമ്പകതത്തെ പോലെ. എന്റെ അടുത്തു അവൾ പുത്തുനില്ക്കുന്ന വെള്ളില പോലെ ചിരിച്ചു കൊണ്ടുനിന്ന നാളുകൾ ഓർത്തു പോവുന്നു.

ചിതലരിച്ച വാതിലുകൾക്കിടയിലൂടെ പുറമേക്ക് പെരുന്തച്ചന്റെ വൃദ്ധ നേത്രങ്ങൾ അലസമായി അലഞ്ഞു കൊണ്ടിരുന്നു. ഇരുന്നേടത്തു നിന്ന് ഒന്നു പൊങ്ങുവാൻ കഴിഞ്ഞെങ്കിൽ എന്ന് പെരുന്തച്ചൻ ആശിച്ചു പോയി. ആ നിസ്സാഹായാവസ്ഥയിൽ പെരുന്തച്ചന് വിതുമ്പൽ അടക്കാൻ കഴിഞ്ഞില്ല. പണിയെടുക്കാൻ കഴിഞ്ഞില്ലെങ്കിലും മെല്ലെ നിരങ്ങിച്ചെന്ന് പണിയാലയിൽ ഒന്നിരിക്കാൻ കഴിഞ്ഞെങ്കിൽ എത്ര നന്നായിരുന്നു. മുമ്പു പണിയെടുക്കുമ്പോഴുള്ള ആ സന്തോഷം ആസ്വദിക്കാമായിരുന്നു. ഇങ്ങനെയൊക്കെ ചിന്തിച്ചുകൊണ്ടിരിക്കെ തന്റെ മകനെപ്പറ്റിയുള്ള ഓർമ്മകൾ തച്ചന്റെ മനസ്സിലേക്ക് കടന്നുവന്നു. അകലെക്കാണുന്ന ചെമ്പുതാഴികക്കുടമുള്ള ക്ഷേത്രം ഈ കൈകൊണ്ടു പണിതതാണ്. ആ ക്ഷേത്രത്തിലെ കൊടിമരത്തിന്റെ അറ്റത്ത് ചിറകുവിടർത്തിയിരിക്കുന്ന ഗരുഡന്റെ രൂപം കൊത്തിവെച്ചത് എന്റെ കുഞ്ഞിന്റെ കൈകൾകൊണ്ടാണ്. ആ ഗരുഡന്റെ ചിറക് ഇപ്പോഴും ചലിക്കുന്നുണ്ടെന്നു തോന്നും. പക്ഷേ ആളുകൾ അതുമിതും പറഞ്ഞു പരത്തി. എനിക്ക് മകനോട് അസൂയയാണു പോലും. മകനെ പുകഴ്ത്തുമ്പോൾ ഏതച്ഛനാണ് അഭിമാനം കൊള്ളാത്തത്? എന്തുചെയ്യാം! ആയിരം മണിയുടെ നാക്കു പൊത്താൻ കഴിയും എന്നാൽ ഒരു വായിലെ നാക്ക് കെട്ടാൻ ആർക്ക് കഴിയും! ക്ഷേത്രത്തിന്റെ രണ്ടു ഗോപുരങ്ങളിലും അഷ്ടദിക്ക് പാലകന്മാരുടെ രൂപം ഞങ്ങൾ കൊത്തിവച്ചു. ഒന്ന് എന്റെ

കൈകൊണ്ട് തീർത്തു. മറ്റേത് അവന്റെ കൈകൊണ്ടും. എന്റെതിനേക്കാളും ജീവൻ തുടിക്കുന്നതു അവന്റേതിനാണത്രെ! അങ്ങനെ ആണെങ്കിലെന്താ? എന്റെ മകൻ ജയിക്കുമ്പോൾ ഞാൻ തോറ്റാൽ തന്നെ എന്താ? എന്റെ മകന്റെ പ്രശസ്തി എന്റെ പ്രശസ്തിതന്നെയല്ലേ! മകനെ സ്തുതിക്കുമ്പോൾ എന്റെ മുഖം മങ്ങിയത്രെ! തച്ചനായാലെന്താ! ഞാൻ അച്ഛനല്ലാതിരിക്കുമോ?

''കണക്കിന്റെയും കോപ്പിന്റെയും കാര്യത്തിൽ മൂത്താശാരി തന്നെ കേമൻ, എന്നാൽ ശില്പങ്ങൾ ഭംഗിയായി നിർമ്മിക്കുന്നതിനുള്ള സാമർത്ഥ്യം ആ കുട്ടിക്കു തന്നെ!! എന്നു പറയുന്ന നാട്ടുകാർക്ക് എന്താണാവോ വേണ്ടത്? ഇങ്ങനെ പോയി തച്ചന്റെ ചിന്തകൾ.

എന്തോ തച്ചന്റെ മനസ്സിൽ വല്ലാത്ത ഒരസ്വസ്ഥത പടർന്നു. വീണ്ടും പഴയകാലസ്മരണകളിലേക്ക് ഊളിയിട്ടു 'പണിശാലയിൽ ഞാനും മോനും അടുത്തടുത്തിരുന്ന് പണിയെടുക്കുമ്പോൾ തമ്മിൽ മിണ്ടാതി രുന്നു. അവന് ദുർമ്മരണം സംഭവിക്കണമെന്ന് ആരൊക്കെ ആക്ഷേപിച്ചാലും അച്ഛൻ എന്ന നിലയിൽ ഞാൻ ആഗ്രഹിക്കുമോ? മകൻ എത്രകേമനായാലും പഠിച്ചതും മനസ്സിലാക്കിയതും അച്ഛനിൽ നിന്നു തന്നെയാണല്ലോ?

ആയിടയിൽ ഞാൻ വെറും തമാശക്ക് വെണ്ടി ഒരു യന്ത്രപ്പാവയെ ഉണ്ടാക്കി പാലത്തിന്റെ ചുവട്ടിൽ ഘടിപ്പിച്ചു. പാലത്തിന്റെ അറ്റത്ത് യാത്രക്കാരൻ കാലെടുത്തുവെച്ചാൽ ആ പാവ ജലപ്പരപ്പിൽ നിന്നും മെല്ലെ പൊങ്ങി വരാൻ തുടങ്ങും. ആളുകൾ പാലത്തിന്റെ നടുക്കെത്തുമ്പോൾ പാവ വാ തുറന്ന് ഒരു തുപ്പു തുപ്പും. ഈ കാഴ്ച കാണാൻ പുഴക്കരയിൽ ആളുകൾ തിങ്ങിക്കൂടി. എന്നാൽ നാലു ദിവസം കഴിയുന്നതിനു മുമ്പുതന്നെ അവിടെ മറ്റൊരു പാവ പ്രത്യക്ഷപ്പെട്ടു. അതോടൊപ്പം മകൻെറ പേരും കേൾക്കാൻ തുടങ്ങി. എന്റെ പാവ തുപ്പുവാൻ ഭാവിച്ചുകൊണ്ട് പൊങ്ങിവരുമ്പോഴേക്കും അപ്പുറത്തുനിന്ന് മകന്റെ പാവയുടെ കൈ നീണ്ടുവരും എന്റെ പാവ വായതുറക്കുമ്പോഴേക്കും ചെകിട്ടത്ത് അടി വീണു കഴിഞ്ഞിരിക്കും. ആ അടി എനിക്ക് ഏറ്റതു പോലെയാണ് തോന്നിയത്.

എന്നാൽ പിന്നീട് സംഭവിച്ചതെന്താണ്? തച്ചൻ ആ ദുഃഖസ്മരണയിൽ അസ്വസ്ഥനായി ആകാശത്തിൽ രണ്ടു ചന്ദ്രന്മാർക്ക് സ്ഥാനമില്ലായിരിക്കാം. മകൻ വീടുപേക്ഷിച്ചു പോയി. മകൻ പോയതോടെ അമ്മ നാനി കണ്ണീർ വാർത്തു. ഉമിയിൽ നീറുന്നതു

പോലെ എന്റെ മനസ്സു നീറി. മകൻ വിട്ടുപിരിയുമ്പോൾ എനിക്ക് ഒന്നും പറയാനായില്ല.

ക്ഷേത്രത്തിൽ ആനപ്പന്തൽ പണിയുന്ന സന്ദർഭം. ഞാൻ എന്തിനാണ് കേമനായ എന്റെ മകനെപോയി വിളിച്ചത്? മറ്റൊന്നുമല്ല. തമ്പുരാന്റെ കല്പന. മകനോടു കൂടി ആലോചിച്ച് പന്തലിന്റെ പണി ഗംഭീരമാക്കണം. അതുകേട്ടപ്പോൾ അവിടെ നിന്നും പോരാനാണ് തോന്നിയത്. എങ്കിലും പോന്നില്ല. ഈ കാലം വരെ മറ്റൊരാളോട് ആലോചിക്കണമെന്ന് എന്നോടാരും പറഞ്ഞിട്ടില്ല. മകനോടാലോചിക്കണമെന്ന് പറഞ്ഞതിൽ എനിക്ക് അസൂയ ഉണ്ടായത്രെ! എന്താ! മകനുള്ള അഭിമാനം അച്ഛനും ഉണ്ടായിക്കൂടെ? എന്താ ആശാരിയെന്താ മരമാണോ?

ആനപ്പന്തൽ അതിമനോഹമായി പണി തീർന്നിരിക്കുന്നു. മുകപ്പിന് കൊത്തുവേലകൾ കൂടി വേണം എന്ന അഭിപ്രായം ഉയർന്നു. ശരി. ആ കാര്യം ഞാൻ നോക്കിക്കൊള്ളാം അച്ഛൻ മോന്തായം കേറ്റിക്കോളൂ. മകൻ പറഞ്ഞു. മകന്റെ ഈ വാക്കുകളിൽ തച്ചന് നീരസം തോന്നി. മോന്തായം കേറ്റാൻ മോന്റെ അനുവാദം വേണോ? തച്ചൻ സ്വയം ചോ ദിച്ചു. മകന്റെ കൈകൾ ചന്ദപ്പലകമേൽ മഹാലക്ഷ്മിയുടെ സുന്ദരരൂപം കൊത്തിക്കൊണ്ടിരിക്കുകയാണ്. ഞാൻ നേരെ മുകളിൽ മോന്തായത്തിന് നല്ല മൂർച്ചയുള്ള വീതുളികൊണ്ട് ആണി ചീവുകയായിരുന്നു. പെട്ടെന്ന് കൈയറിയാതെ വീതുളി പിടിവിട്ടു താഴോട്ടു വീണു. മകന്റെ മേൽ വീഴരുതേ എന്ന് ഞാൻ പ്രാർത്ഥിച്ചു എന്താണ് സംഭവിച്ചത്? ഞാൻ കണ്ണടച്ചു തുറക്കുമ്പോഴേക്കും എന്റെ പൊന്നുമോൻ കഴുത്തറ്റു നിലത്തു വീണു പിടയുന്നു.

ആളുകൾ ചുറ്റും കൂടി. എല്ലാവരുടെയും കണ്ണുകളുടെ സൂചിമുനകൾ എന്റെ നേർക്കാണ് നീളുന്നത്. കോണിയുടെ പടിയിൽ എന്റെ കാലുറക്കാതായി. ഞാൻ പിടിവിട്ടു താഴെ വീണു. മകൻ മാപ്പെന്നു പറഞ്ഞുവത്രെ. എനിക്ക് കേൾക്കാൻ കഴിഞ്ഞില്ല. ശരീരത്തിൽ നിന്നും വേർപെട്ടു രക്തം തളം കെട്ടിയ കഴുത്തിൽ ചുരുൾമുടി രക്തത്തിൽ കുതിർന്നു കട്ടപിടിച്ചു. വേദനയാർന്നു, കണ്ണുമിഴിച്ചു നിൽക്കുന്ന ആ രൂപം എന്റെ മനസ്സിൽ നിന്നും മായുന്നില്ല. അതിനുശേഷം നാനിയെ ചിരിച്ചുകണ്ടിട്ടില്ല. അവരുടെ കണ്ണീരെല്ലാം വറ്റിക്കഴിഞ്ഞു. കൈപ്പിഴ പറ്റിയതല്ല എന്ന് എത്ര പേർ പറഞ്ഞാലും വിശ്വസിക്കാൻ പറ്റുമോ? ഒരച്ഛൻ ഇതു ചെയ്യുമോ? മകന് ഈ ദുർമ്മരണം സംഭവിച്ചില്ലായിരുന്നുവെങ്കിൽ അവൻ എനിക്ക് ഒരു ഊന്നുവടിയാകുമായിരുന്നില്ലേ? ദുർമരണം

സംഭവിപ്പിക്കാതിരുന്നെങ്കിൽ എന്നു തിരുത്താൻ മനസ്സു വെമ്പു ന്നു. മനസ്സിന് ആരോ ആഘാതമേൽപ്പിക്കുന്നതു പോലെ തച്ചന് തോന്നി.

കഴിഞ്ഞ കാല സംഭവങ്ങൾ ഓരോരോന്നോരോന്നായി പെരുന്ത ച്ചന്റെ മനസ്സിലൂടെ മിന്നിമറഞ്ഞു. മകന്റെ മരണം പെരുന്തച്ചന്റെ കുറ്റബോധം നിറഞ്ഞ മനസ്സിനെ നീറ്റിക്കൊണ്ടിരുന്നു. കണ്ണുകൾ നനഞ്ഞു. നാനി അതുകണ്ടു അവൾ ചോദിച്ചു എന്താ കണ്ണിൽ വെള്ളം നിറഞ്ഞത്? പൊടിയോ മറ്റോ വീണോ? മച്ച് അടിച്ചുവാ രിയിട്ടു ദിവസങ്ങൽ ഏറെയായി. അപ്പോഴാണ് പെരുന്തച്ചൻ തന്റെ മനോരാജ്യത്തിൽ നിന്നും ഉണർന്നത്.

കുഞ്ഞുങ്ങളേ, കഥ അവസാനിച്ചു. അവരും പെരുന്തച്ചനെ പ്പോലെ ഏതോ സ്വപ്നലോകത്തിലായിരുന്നു. അതായത് പെരുന്തച്ചന്റെ ദുരന്തകഥയുടെ ഇരുണ്ട ലോകത്തിൽ. അവിടെ നിന്നും മുത്തച്ഛൻ അവരെ കൈപിടിച്ചുയർത്തുകയായയിരുന്നു. മുത്തച്ഛൻ പറഞ്ഞു. മഹാകവി ജി. ശങ്കരക്കുറുപ്പ് പെരുന്തച്ചന്റെ കഥ പെരുന്തച്ചന്റെ തന്നെ ഓർമ്മകളിലൂടെ നമ്മോട് പറയുക യായിരുന്നു അല്ലേ? തച്ചന്മാരുടെ ഇടയിൽ ഈ കഥക്ക് ഇന്നും നല്ല പ്രചാരമുണ്ട്. മാത്രമല്ല തച്ചന്മാരുടെ വംശത്തിനുതന്നെ ഈസംഭവം ഒരു ശാപമായി നിലനിൽക്കുന്നു എന്ന വിശ്വാസ മവും പ്രചാരത്തിലുണ്ട്.

ഈ കഥയിൽ നിന്ന് നാം ഉൾക്കൊള്ളേണ്ടുന്ന ഗുണപാഠമെ ന്താണ്? സ്നേഹവാത്സല്യങ്ങൾ നിറഞ്ഞ അച്ഛന്റെ മനസ്സിൽ മകനോട് അസൂയയും വിദ്വേഷവും വളരാനിടായായി. ഈ വികാരം വളർത്തുന്നതിൽ നാട്ടുകാരും പങ്കുവഹിച്ചു. എത്ര ഉന്ന തന്മാരായാലും വിദ്വേഷവും അസൂയയും മനസ്സിൽ സ്ഥാനം പിടിച്ചാൽ അതു വലിയ അപകടം സൃഷ്ടിക്കും. അതുകൊണ്ട് ആരോടും അസൂയയോ വിദ്വേഷമോ കൂടാതെ ജീവിക്കാൻ കഴി യണം. എന്നാൽ മാത്രമേ മന: സമാധാനവും നന്മയും കൈവ രികയുള്ളൂ. ഈ പാഠം നിങ്ങളും ഉൾക്കൊള്ളുക. അതെ മുത്തശ്ശാ. ഞങ്ങൾക്ക് ആ കാര്യം ബോധ്യമായി. കുഞ്ഞുങ്ങളുടെ പ്രസന്നഭാ വം മുത്തശ്ശനേയും സന്തോഷിപ്പിച്ചു.

●

ഒരു പഴയ പാട്ട്

മഹാകവി ജി. ശങ്കരക്കുറുപ്പിനെ കവികൾക്കിടയിലെ 'പെരുന്തച്ചനാ'ക്കിയ ഒരു കവിതയാണ് പെരുന്തച്ചൻ. അതിലെ കഥ കേട്ട് തിരിച്ചുപോയ കുഞ്ഞുങ്ങൾ പിറ്റേദിവസവും ഒരു പുതിയ കഥ കേൾക്കാൻ മുത്തച്ഛന്റെ വസതിയിലെത്തി. മുത്തച്ഛനും സന്തോഷത്തിലാണ്. ഒരു പുതിയ കഥയുമായാണ് മുത്തശ്ശന്റെ കാത്തിരിപ്പ്,

കുട്ടികൾ എത്തിക്കഴിഞ്ഞതോടെ മുത്തശ്ശൻ കൂടുതൽ അന്വേഷണങ്ങൾക്കോ കുശലപ്രശ്നങ്ങൾക്കോ മുതിരാതെ അന്നത്തെ കഥയുടെ ജാലകം തുറന്നു.

കുഞ്ഞുങ്ങളേ, നമുക്കിന്ന് ഒരു പഴയകഥ കേൾക്കാം. കഥ പഴയതാണെങ്കിലും നിങ്ങൾക്ക് പുതുത് തന്നെ. നിങ്ങൾ ഇതുവരെ കേട്ടകഥകളൊക്കയും പഴയതുതന്നെയാണെന്ന കാര്യം മറന്നു കൊണ്ടല്ല പറയുന്നത്. ഈ കഥ എൻ.വി. കൃഷ്ണവാരിയരുടെ പഴയപാട്ട് എന്ന കവിതയിലേതാണ്. അതുകൊണ്ടാണ് പഴയകഥ എന്നു പറഞ്ഞത്.

എൻ.വി. കൃഷ്ണവാരിയരെപ്പറ്റി നിങ്ങൾ ഒരു പക്ഷേ കേട്ടിരിക്കില്ല. ഉയർന്ന ക്ലാസുകളിലെത്തുമ്പോൾ മനസ്സിലാക്കാൻ കഴിയും. അദ്ദേഹം കവിയാണ്, ലേഖകനാണ്, പത്രാധിപരാണ്, പ്രഭാഷകനാണ്, സ്വാതന്ത്ര്യസമരസേനാനിയാണ്, മഹാപണ്ഡിതനുമാണ്. പോരേ ഇതൊക്കെയാണ് എന്നു പറയുമ്പോൾ അദ്ദേഹം ഇപ്പോൾ ജീവിച്ചിരിപ്പുണ്ട് എന്ന് ധരിക്കരുത്. അദ്ദേഹം ഇന്ന് നമ്മോടൊപ്പമില്ല. കവിതയിൽ നീണ്ട കവിതകൾ എന്ന ഒരു രീതി കൊണ്ടു വന്നത് അദ്ദേഹമാണ്. എൻ.വി. കൃഷ്ണവാരിയരുടെ കുറെ കൂടി നീണ്ടകവിതകൾ എന്ന കൃതിയിലെ ഒരു കവിതയാണ് ''ഒരു പഴയ പാട്ട്''. കുറെക്കൂടി നീണ്ട കവിതകൾക്കു പുറമെ കൊച്ചുതൊമ്മൻ, വിദ്യാപതി, ഗാന്ധിജിയും ഗോഡ്സെയും, കാവ്യകൗതുകം തുടങ്ങിയ കൃതികളും കൃഷ്ണവാരിയരുടെ സൃഷ്ടികളാണ്.

ഇനി നമുക്ക് 'പഴയപാട്ടിലെ' കഥ പരിചയപ്പെടാം. പഴയ പാട്ടിൽ ഒരു നാടോടിക്കഥ അടങ്ങിയിരിക്കുന്നു. ആദിവാസി വിഭാഗത്തിൽ പെട്ടവരും കാട്ടിൽ ജീവിക്കുന്നവരും മലദൈവത്തെ ആരാധിക്കുന്നവരുമായ ഒരു ജനസമൂഹത്തിന്റെ ആചാരങ്ങളും വിശ്വാസങ്ങളും പ്രതിഫലിപ്പിക്കുന്നതാണ് ഈ കഥ. കഥ കേട്ടോളൂ.

''നമ്മുടെ കവിയും സുഹൃത്തുക്കളും ചേർന്ന് പെരിയാറിലൂടെ യാത്രചെയ്യുകയാണ്. കൂലിക്കെടുത്ത ഒരു വഞ്ചിയിലാണ് യാത്ര. മലയാറ്റൂരിൽ നിന്നും പുറപ്പെട്ട് നദിയുടെ മേൽഭാഗത്തേക്കാണ് യാത്ര ചെയ്തുകൊണ്ടിരുന്നത്. നേരം പുലരുന്നതിനു മുമ്പുതന്നെ യാത്ര ആരംഭിച്ചു. നദിയിലൂടെ സഞ്ചരിക്കുമ്പോൾ ആകാശത്തിലെ നക്ഷത്രങ്ങളുടെ നിഴലുകൾ വെള്ളത്തിൽ പ്രതിഫലിച്ചുകണ്ടു. ഗ്രാമങ്ങളിൽ നി ന്നു പൂവൻ കോഴികൾ കൂകുന്നു. കിഴക്കുദിക്ക് ചുകന്നു തുടങ്ങിയിരിക്കുന്നു. നദീതീരത്തെ കുടിലുകളിൽ നിന്ന് പുക ഉയരുന്നു. വയലുകളിൽ കാളകളെക്കൊണ്ടു നില മുഴുകുന്നു. വീട്ടമ്മമാർ പശുക്കളെ കറക്കുന്നു. കരിമ്പുകൾ കാറ്റിലാടുന്നു. കുട്ടികൾ പുഴയിൽ നഗ്നരായി നീന്തിത്തുടിക്കുന്നു. സ്ത്രീകൾ കുടങ്ങളിൽ വെള്ളമെടുത്ത് വൃക്ഷത്തൈകൾ നനയ്ക്കുന്നു. അങ്ങനെ എന്തെല്ലാം കാഴ്ചകൾ. ഈ കാഴ്ചകൾ ആസ്വദിച്ചുകൊണ്ടാണ് അവർ യാത്രചെയ്തുകൊണ്ടിരുന്നത്. ജനങ്ങൾ താമസിക്കുന്ന പ്രദേശങ്ങളെല്ലാം വിട്ട് ആൾപ്പാർപ്പില്ലാത്ത സ്ഥലങ്ങളിലൂടെയായി പിന്നീടുള്ള യാത്ര. ഇരു ഭാഗങ്ങളിലും തേക്കിൻ തോട്ടങ്ങൾ. കാടുകളിൽ കുരങ്ങ

ന്മാർ മരക്കൊമ്പുകളിൽ ചാടിത്തിമർക്കുന്നു. കുരുവികൾ ചിലച്ച് ചിറകടിച്ച് പറക്കുന്നു. പാമ്പുകൾ ഇഴഞ്ഞു നീങ്ങുന്നു. കാലിമേക്കുന്ന കുട്ടികൾ കളികളിൽ ഏർപ്പെട്ടിരിക്കുന്നു.

അങ്ങനെ വീണ്ടും യാത്ര തുടർന്നു. ഇപ്പോൾ മരങ്ങൾ തിങ്ങിനിറഞ്ഞ കാട്ടുപ്രദേശങ്ങളിലൂടെയാണ് കടന്നുപോകുന്നത്. ചീങ്കണ്ണികൾ വെയിലേറ്റുകിടക്കുന്നു. കാട്ടിൽനിന്ന് വിറകു വെട്ടുന്ന ശബ്ദം കേൾക്കുന്നു. അപ്പുറം കരിമ്പാറക്കൂട്ടങ്ങൾ. മാനുകൾ ഓടിക്കളിക്കുന്നു.

ദ്വീപുകൾ പോലുള്ള പ്രദേശങ്ങളിലൂടെയാണ് പിന്നീടുള്ള യാത്ര. ഒരു വെള്ളച്ചാട്ടത്തിന്റെ അടുത്തെത്തി. അപ്പോഴേക്കും ഉച്ചയായി. തല്ക്കാലം യാത്ര അവസാനിപ്പിച്ചു.

നദിയിലൂടെയുള്ള ഈ യാത്രയുടെ നീണ്ട വിവരണം കുഞ്ഞുങ്ങളെ മുഷിപ്പിച്ചുവോ എന്തോ? അവരുടെ മനസ്സറിയാൻ വേണ്ടി മുത്തശ്ശൻ ചോദിച്ചു. എങ്ങനെയുണ്ട് നദിയിലൂടെയുള്ള യാത്ര? നല്ല രസമുള്ള കാഴ്ചകളാണ് മുത്തശ്ശാ. ശ്യാമിന്റെതാണ് ആ ശബ്ദം. ശ്യാം ബോട്ടിൽ യാത്ര ചെയ്തിട്ടുണ്ടോ? ഉണ്ട്. കോരപ്പുഴയിൽ കൂടി ബോട്ടിൽ ഒരു ദിവസം പോയിരുന്നു. എന്തൊരു രസമായിരുന്നു! വെള്ളത്തിൽകൂടി പോകുമ്പോൾ കരയിലെ കാഴ്ചകൾക്ക് എന്തൊരുഭംഗിയാണ്! ഞാനും ബോട്ടിൽ യാത്ര ചെയ്തിട്ടുണ്ട്. സുനന്ദക്കും അവളുടെ അനുഭവം പറയാൻ താല്പര്യം. ഓഹോ സുനന്ദ എവിടെ നിന്നാണു ബോട്ടിൽ പോയത്. ഞങ്ങൾ കൊടൈക്കനാലിൽ പോയപ്പോൾ ബോട്ടുയാത്ര നടത്തിയിരുന്നു. ഇതാ സുശോഭും ഉണ്ടായിരുന്നു. അങ്ങിനെ കുഞ്ഞുങ്ങൾ അവരുടെ അനുഭവം പങ്കിട്ടു. മുത്തശ്ശൻ വീണ്ടും കഥ തുടർന്നു.

പിന്നീടു തോണിക്കാരൻ കരയിൽ തീകൂട്ടി തണുപ്പകറ്റി. കവിയും സുഹൃത്തുക്കളും തണുപ്പിനെ കൂസാതെ വെള്ളത്തിലിറങ്ങി നീന്തിത്തുടിച്ചു. കുളി കഴിഞ്ഞു ഒരു മരത്തണലിൽ അല്പം വിശ്രമിക്കാമെന്നു കരുതി. കരിയിലകൾ അടിഞ്ഞുകിടക്കുന്ന മരത്തണലിൽ വിശ്രമിച്ചു. കിളികളുടെയും നദിയുടെ ഒഴുക്കിന്റെയും ശബ്ദം മാത്രമേ കേൾക്കാനുള്ളു. കണ്ണുകളിൽ ഉറക്കം എത്തിനോക്കാൻ തുടങ്ങി. അപ്പോൾ നട്ടുച്ചക്ക് ഒരു ഗാനം കേൾക്കുന്നു. ആ കാട്ടിൽ മുമ്പു ജീവിച്ചിരുന്നവരുടെ പിന്തുടർച്ചക്കാരനായ ഒരാൾ - അയാൾ തോണിക്കാരനാണ്. ഭക്ഷണം കഴിഞ്ഞു തെല്ലകലെ ഇരിക്കുന്നു. ആ ആദിവാസികളുടെ പൂർവ്വസ്വത്ത് എന്നു പറയാവുന്ന ഒരു പഴയ പാട്ടുപാടുകയാണ

യാൾ. ആ പാട്ട് കാടിന്റെ വിജനതയിൽ പ്രതിദ്ധ്വനിച്ചുകൊണ്ടിരുന്നു,

കുഞ്ഞുങ്ങളേ, കവിയും സുഹൃത്തുക്കളും കേട്ടു കൊണ്ടിരുന്ന ആ പഴയ പാട്ട് എന്തായിരുന്നുവെന്നറിയേണ്ടേ? ആ പാട്ടിലാണ് മനോഹരമായ കഥ അടങ്ങിയിട്ടുള്ളത്. ആ കഥയാണ് ഇനി പറയാൻ പോകുന്നത്. മുത്തശ്ശൻ കുഞ്ഞുങ്ങളുടെ ജിജ്ഞാസ വർദ്ധിപ്പിച്ചു. ജിജ്ഞാസാഭരിതമായ കുഞ്ഞുങ്ങളുടെ മുഖഭാവം ശ്രദ്ധിച്ചുകൊണ്ട് മുത്തശ്ശൻ ശേഷം കഥാഭാഗം അവതരിപ്പിച്ചു.

''ഏഴുമലകൾക്ക് മുകളിലാണ് ഭദ്രകാളിയുടെ ആസ്ഥാനം. ഏഴുകാട്ടാനകളും ഏഴു സിംഹങ്ങളും ഭദ്രകാളിക്ക് കാവൽ നിൽക്കുന്നു. അടുത്തുതന്നെ ഒരു ആൽമരം. ആൽമരത്തിന്റെ ഇലകൾ അനങ്ങാറില്ല. ആൽമരത്തിനെ ചുറ്റിപ്പറ്റി പാമ്പുകൾ, ആൽ ഭഗവതിയുടെ കുടയാണെന്നാണ് സങ്കല്പം. കരടികളും ദേവിക്ക് കാവലിനായുണ്ട്.

കറുത്തവാവുള്ള ഒരു രാത്രി. പാതിരാവു കഴിഞ്ഞപ്പോൾ ആകാശത്തിൽ കാർമേഘങ്ങൾ ഉരുണ്ടുകൂടി. ഇടിമുഴങ്ങി. മിന്നൽ വീശിക്കൊണ്ടിരുന്നു. പേടിപ്പെടുത്തുന്ന അന്തരീക്ഷം. അപ്പോൾ ആ പാതിരാവിൽ ഭഗവതിയുടെ മുമ്പിലേക്ക് മലവേടന്മാരും വേടരുടെ അരചനും അരചത്തിയും മലവേടപെൺകൊടിമാരും കൈകളിൽ ജ്വലിക്കുന്ന പന്തങ്ങൾ പിടിച്ചു ചിന്തിപ്പറക്കുന്ന മുടിയുമായി ചുടലപ്രേതങ്ങൾ കണക്കെ അണിയണിയായി വരുന്നു. അരചന്റെ കൊച്ചുമകളും മാറിൽ മലവാകപൂമാലയണിഞ്ഞ്. മയിൽപീലി ചേർത്തു മുടിമെടഞ്ഞ് അരയിൽ മരവുരിയും ഞാത്തിക്കെട്ടി ആ കൂട്ടത്തിൽ അണിചേർന്നിരിക്കുന്നു. കരടികളും ആനകളും സിംഹങ്ങളും ഒച്ചയും അനക്കവുമുണ്ടാക്കാതെ നിന്നു. ചോരയിൽ കുതിർന്ന് കട്ടപിടിച്ച ചെത്തിപ്പൂമാലകൾ മെയ്യിലണിഞ്ഞ്, പന്തങ്ങൾ കത്തിത്തെളിയിപ്പിച്ചുകൊണ്ട് മലയന്മാർ ഒന്നടങ്കം ഭഗവതിക്കു മുമ്പിൽ വരിവരിയായി വീണു നമസ്ക്കരിച്ചു. അരചൻ പെട്ടെന്നു തന്നെ എഴുന്നേറ്റ് ഇടി വെട്ടുന്ന ശബ്ദത്തിൽ ഭഗവതിയോട് പറഞ്ഞു.

''മഹാകാളി, വേടരെ രക്ഷിക്കുന്ന തമ്പുരാട്ടി, ഈ കാട്ടിൽ വറുതി ഇല്ലാതെയും ഒരാപത്തും വരാതെയും വേടരെ രക്ഷിക്കുന്നതിനു വേണ്ടി പതിവുപോലെ പൂജ നടത്തുന്നതിന് അടിയനും അടിയാരും ഇതാ വന്നിരിക്കുന്നു. ഈ കൂട്ടത്തിൽ അമ്മക്ക് ഇഷ്ടമുള്ള ഒരാളെ സ്വീകരിച്ചാലും''.

അപ്പോൾ പെട്ടെന്ന് ഒരു ഇടിമുഴക്കമുണ്ടായി. മിന്നൽപിണരു

കൾ ആകാശത്തിൽ പുളഞ്ഞുകൊണ്ടിരുന്നു. പാതിരാവിന്റെ ഹൃദയം പിളർക്കുന്ന ഒരു മൂളൽ അവിടെയെങ്ങും മുഴങ്ങി. മലയുടെ കൂമ്പിലെ ആലിന്റെ കൊമ്പിൽ ഒരു വിറ അനുഭവപ്പെട്ടു. അത് മെല്ലെ മെല്ലെ കീഴോട്ടിറങ്ങി. ആലും പാമ്പുകളും ഭഗവതിയും മലയന്മാരും എന്തിനേറെ ലോകമാകെയും ഉൾക്കിടിലം കൊള്ളിക്കുന്ന വേദനകൊണ്ട് വിറച്ചുപോയി. കാണെക്കാണെ പെരുമഴപെയ്തു തോർന്നതു പോലെ വിറനിന്നു. എല്ലാവരും വിറയകന്ന് ശാന്തരായി. എന്നാൽ അരചന്റെ മകൾ മാത്രം അടങ്ങിയില്ല. അവൾ കണ്ണുകൾ ചുവപ്പിച്ച് മുടിയഴിച്ച്, മലവാകപ്പൂമാല കഴുത്തിലണിഞ്ഞ്. മാർവ്വിടം തുള്ളിച്ചുകൊണ്ട് മരവുരി അല്പം അഴിഞ്ഞനിലയിൽ നൃത്തം ചെയ്തു കൊണ്ടിരുന്നു. അതി മനോഹരമായ നൃത്തം, മഴമേഘങ്ങൾ കനത്തുനിൽക്കുന്ന മൂവന്തിയിൽ മലയിലെ മയിലുകൾപോലെ അവൾ നൃത്തമാടി. മലയന്മാർ മുഖത്തോടു മുഖം നോക്കി. അവർക്ക് അമ്പരപ്പുണ്ടായി. അന്യോന്യം എന്തോ അടക്കം പറഞ്ഞു. അപ്പോൾ അരചൻ നെടുവീർപ്പിട്ടു നിറകണ്ണുകളോടെ, തൊണ്ടയിടറിക്കൊണ്ട് ഭഗവതിയോട് ഉണർത്തിച്ചു. ''അടിയന്റെ കുടിലിൽ ഒരു ആൺകുഞ്ഞിനെ ഭഗവതി തന്നില്ലല്ലോ. തറവാട് നിലനിർത്താൻ ഒരു പെൺകുഞ്ഞിനെ മാത്രമല്ലേ തന്നത്. കണ്ണിന് കർപ്പൂരമായി, മലയരുടെ ജീവന്റെ ജീവനായി കാടിന് കുയിലെന്നുപോലെ, അരചത്തിയുടെ കരളിന്റെ കരളായ ഈ പെൺകുഞ്ഞിനെയാണോ ഭഗവതി ഇന്ന് ബലിക്കായി തെരഞ്ഞെടുത്തത്? പതിനാറു വയസ്സുപോലും തികയാത്ത ഈ പെൺകുട്ടിയുടെ ചോരയാണോ ഭഗവതിക്ക് വേണ്ടത്? ഇതുവരെ അവിടുത്തെ പൂജിച്ചതിന്റെ പ്രതിഫലമാണോ ഇത്? ആവട്ടെ അരചന് വലുത് മലവേടന്മാരുടെ നന്മതന്നെയാണ്. വിറകൈകളോടെ ഞാൻ എന്റെ പൊന്നോമനയെ ബലി നൽകാം, അമ്മേ സ്വീകരിച്ചാലും.

അപ്പോൾ മലയുടെ അടിത്തട്ടിൽ നിന്നും ഒരു ഇരമ്പൽ കേട്ടു. അരചൻ ആയിരം സിംഹങ്ങളുടെ കടും ചോര തട്ടിയുണങ്ങിപ്പിടിച്ച വെണ്മഴു കൈയിലുയർത്തി. അപ്പോഴും അരചന്റെ മകൾ കുറവന്റെ കുഴലൂതുമ്പോൾ പാമ്പുകൾ പടം വിടർത്തിയാടുന്നതുപോലെ നൃത്തം ചെയ്തുകൊണ്ടിരുന്നു. അവളുടെ അഴകാർന്ന മേനിയിൽ, കുരുതി കലക്കിയൊഴിച്ച പോലെ പന്തത്തിന്റെ ചെന്തീജ്വാല പ്രകാശം ചൊരിഞ്ഞു

അരചൻ മഴുവുയർത്തി. ആ കാഴ്ച കാണാൻ കഴിയാതെ മലവേടന്മാർ കണ്ണടച്ചു. അപ്പോൾ മലയുടെ അടിവാരത്തിൽ

നിന്നും ഉഗ്രമായ ഒലർച്ച കേട്ടു. അരചന്റെ പത്തു പൂശാരിമാരിൽ തലവനായ ഒരാളുടെ മകനായ വേടക്കിടാത്തൻ-അവനാണെങ്കിൽ ഇരുപതു വയസ്സു പോലും പ്രായമായിട്ടില്ല-വലതു കൈ മേലോട്ടുയർത്തിപ്പിടിച്ച് ഇടതുകൈകൊണ്ട് വാളൂരാൻ നോക്കിക്കൊണ്ട്, അരചന്റെ മുന്നിലേക്ക് ചാടിവീണു. ഒരു സിംഹത്തിന്റെ ഗർജ്ജനം പോലെ അവന്റെ ശബ്ദം മുഴങ്ങി. ''ഭഗവതിക്കുവേണ്ടിയായാലും തരക്കേടില്ല, മറ്റാർക്കുവേണ്ടിയായാലും തരക്കേടില്ല, പതിനാറു വയസ്സുപോലും തികയാത്ത പെൺകുട്ടിയെ ആരെങ്കിലും തൊടാൻ ശ്രമിച്ചാൽ അവൻ ഈ വാളിനിരയായിത്തീരും. തീർച്ച'' അപ്പോൾ ആ മല ഞെട്ടിവിറച്ചു. മിന്നൽ പ്രകാശിച്ചും ഭൂമിയിൽ നിന്നും ഇടിയുയർന്നു മലവേടക്കിടാത്തൻ ദേവിക്കെതിരെ തിരിഞ്ഞ് കാലുയർത്തി ബിംബം ചവിട്ടിമറിച്ചു. അപ്പോഴെക്കും നൃത്തം ചെയ്തുകൊണ്ടിരുന്ന പെൺകുട്ടിയുടെ വിറനിന്നു. അവളുടെ കണ്ണുകൾ കൂമ്പി. ശരീരം തളർന്നു. അവൾ കാലിടറി വീഴാൻ ഭാവിക്കേ മലവേടൻ അവളെ മാറോടണച്ചു നിർത്തി.

അപ്പോൾ പ്രകൃതിയിൽ പെട്ടെന്ന് ഒരു ഭാവമാറ്റമുണ്ടായി. എന്തെന്നില്ലാത്ത ഒരലർച്ച അവിടെയെങ്ങും മുഴങ്ങി. മൂന്നുലോകവും പ്രകമ്പനം കൊണ്ടു. പെട്ടെന്നുണ്ടായ മിന്നൽ പ്രകാശത്തിൽ മൂന്നു ലോകവും കത്തിജ്വലിക്കുന്നതായും തോന്നി. മലക്ക് ജീവൻ വെച്ചതുപോലെ, കല്ലുകളും പാറക്കൂട്ടങ്ങളും താഴോട്ടു വീണമർന്നു. അരയാൽ രണ്ടായി പിളർന്നു. മലയുടെ കൊടുമുടിയും രണ്ടായി പിളർന്നു. മലപ്പിളർപ്പിന്നിടയിൽ നിന്നും ചൂടുവെള്ളം തിളച്ചൊഴുകി. പിന്നെയെന്താണ് സംഭവിച്ചത്! അവിടെയെങ്ങും ആരുമില്ല. ഒന്നുമില്ല.ശ്യൂനത മാത്രം. മല, വേടർ, അരചൻ, ഭഗവതി, സിംഹം, അരചന്റെ പൊന്നോമനമകൾ, മലയക്കിടാത്തൻ ഇവരൊക്കെ എവിടെ? ഒരു നിശ്ചയവുമില്ല. അവിടെ അവശേഷിച്ചതു ഒരു കാട്ടരുവി മാത്രം മലമുടി തകർന്നനിലയിൽ കാണപ്പെട്ടു. ഭഗവതിയോ, പാതാളത്തിൽ അഭയം തേടി. ഈ കാഴ്ചകാണാൻ മയിലും കലമാനും മാത്രം.

പാട്ടുതീർന്നതോടെ തോണിക്കാരൻ പോകാനുള്ള തിടുക്കത്തോടെ കവിയേയും സുഹൃത്തുക്കളേയും ചെന്ന് വിളിച്ചു. ഉച്ചസമയത്തെ വിശ്രമവേളയിൽ കേട്ടുകൊണ്ടിരുന്ന കഥ അവസാനിച്ചു. എങ്കിലും ആ വേടപെൺകൊടിയുടെ കഥ പലപ്പോഴും ഓർത്തുപോകാറുണ്ട്. ഇത്രയും പറഞ്ഞു നമ്മുടെ പണ്ഡിതശ്രേഷ്ഠനായ കവി എൻ.വി. കൃഷ്ണവാരിയർ കവിതയ്ക്ക് വിരാമമിടുന്നു. അതുകൊണ്ട് തന്നെ നമ്മുടെ കഥയ്ക്ക് വിരാമമായി.

കുഞ്ഞുങ്ങളേ, കഥ ഇഷ്ടമായോ? ഈ കഥയിൽ നിന്ന് നിങ്ങൾ എന്തെങ്കിലും ഉൾക്കൊള്ളാൻ കഴിയുന്നുണ്ടോ? ശ്യാമിന് എന്തെങ്കിലും പറയാനുണ്ടോ? മുത്തശ്ശൻ ചോദിച്ചു ''കഥ കേൾക്കാൻ നല്ലരസമുണ്ട് മുത്തശ്ശാ. പക്ഷേ കഥയിൽ നടന്ന സംഭവങ്ങൾ വിശ്വസിക്കാൻ കഴിയുന്നില്ല ഇങ്ങനെയൊക്കെ സംഭ വിക്കുമോ?

ശ്യാമിന്റെ മറുപടികേട്ട് മുത്തശ്ശന് ചിരി വന്നു. മുത്തശ്ശൻ പറഞ്ഞു' മിടുക്കൻ, ശ്യാമിന്റെ സംശയം അസ്ഥാനത്തല്ല. ഈ കഥ അന്ധവിശ്വാസത്തെ ഊട്ടിയുറപ്പിക്കുന്ന ഒരു കഥയാണ്. അതേ സമയം അന്ധവിശ്വാസം തകർന്നു കാണണമെന്ന പ്ര തീക്ഷയും ഈ കഥയിലടങ്ങിയിരിക്കുന്നു. നിങ്ങൾ കുറെക്കൂടി മുതിരുമ്പോൾ ഈ കാര്യങ്ങൾ നന്നായി മനസ്സിലാക്കാം.

ഇത്രയും പറഞ്ഞു മുത്തശ്ശൻ കഥക്ക് വിരാമമിട്ടു.

●

പൂതപ്പാട്ട്

ഒരു പഴയപാട്ട് എന്ന കഥയിൽ നിന്നും''പൂതപ്പാട്ട്'' എന്ന കഥയിലേക്കാണ് മുത്തശ്ശൻ പ്രയാണം. കഥ എന്നു പറഞ്ഞാൽ കവിതയിലെ കഥയാണെന്ന് ഓർക്കുമല്ലോ? കുഞ്ഞുങ്ങൾ ഏറെ ഇഷ്ടപ്പെട്ടേക്കാവുന്ന ഒരു കഥയാണ് പൂതപ്പാട്ടിലേതെന്ന് മുത്തശ്ശന് നല്ല ബോദ്ധ്യമുണ്ട്. ഇടശ്ശേരി ഗോവിന്ദൻനായരുടെ പ്രസിദ്ധമായ ഒരു കഥാകവിതയാണ് പൂതപ്പാട്ട്. ഇടശ്ശേരിയുടെ കവിതകൾ ഗ്രാമീണ ജീവിതത്തിന്റെ നേർക്കാഴ്ചകളാണ്. അദ്ദേഹത്തിന്റെ മറ്റു ചില കൃതികളും നിങ്ങൾ അറിഞ്ഞിരിക്കുന്നതു നന്ന്. കുട്ടികളുടെ അറിവിനായി മുത്തശ്ശൻ ഇടശ്ശേരിയുടെ ചില പ്രധാനകൃതികളുടെ പേർ പറഞ്ഞു. 'പുത്തൻ കലവും അരിവാളും. കുങ്കുമ പ്രഭാതം, കാവിലെപ്പാട്ട്, ഒരുപിടി നെല്ലിക്ക, അളകാവലി, കറുത്ത ചെട്ടിച്ചികൾ, കൂട്ടുകൃഷി (നാടകം) തുടങ്ങിയവ.

മുത്തശ്ശൻ, മുഖവുരയായി കൂടുതൽ കാര്യങ്ങളിലേക്ക് കടക്കാതെ പൂതപ്പാട്ടിലേക്ക് തന്നെ ശ്രദ്ധതിരിച്ചുവിട്ടു. കുഞ്ഞുങ്ങൾ നല്ല ഹരത്തിലാണ്. ചിലരുടെ മുഖഭാവം ശ്രദ്ധിച്ചപ്പോൾ ഈ കഥയെ സംബന്ധിച്ച് അവർക്ക് മുൻധാരണയുണ്ടെന്ന് മുത്തശ്ശന്

ബോദ്ധ്യമായി. അതറിയാനായി ചോദിച്ചു. 'പൂതപ്പാട്ട്' എന്ന കവിത മുമ്പ് കേട്ടിട്ടുള്ളവർ ആരൊക്കെയാണ്? സുനന്ദ, അനഘ, സ ലീന,ശ്യാം എന്നിവരെക്കെ കൈപൊക്കി. സ്കൂളിൽ നിന്ന് കേട്ടിട്ടുണ്ട് അല്ലേ? എന്നാൽപിന്നെ ഞാൻ പറയണോ? വേണം മുത്തശ്ശാ, നല്ല കഥയാണ്. ഞങ്ങൾക്ക് ഇനിയും കേൾക്കണം. എനിക്കും കേൾക്കണം. സുശോഭിന്റെതാണ് ആ ശബ്ദം. ഞാൻ കേട്ടിട്ടില്ല മുത്തശ്ശാ, സഹീർ പരിഭവിച്ചു. ശരി, ആർക്കും പരിഭവം വേണ്ട. കഥ പറയാം.

അപ്പോൾ മുത്തശ്ശന് സ്വാഭാവികമായി ഒരു സംശയം പൂതപ്പാട്ടിലെ കഥ പറയുന്നതിനുമുമ്പ് എന്താണ് പൂതമെന്ന് കുട്ടികൾക്ക് ഒരു ധാരണവേണ്ടേ? ആ വഴിക്കായി മുത്തശ്ശന്റെ ചിന്ത.

മുത്തശ്ശൻ ചോദിച്ചു, ''പൂതത്തെ നിങ്ങൾ ആരെങ്കിലും കണ്ടിട്ടുണ്ടോ?

പൂതത്തെ കണ്ടിട്ടില്ല. യക്ഷിയെ കണ്ടിട്ടുണ്ട്. കുട്ടികൾ ഒന്നിച്ചു പറഞ്ഞു.

എവിടെയാണ് കണ്ടത്? സിനിമയിൽ- സിനിമയിലെ യക്ഷി എങ്ങിനെയായിരിക്കും? ശ്യാമാണ് മറുപടി പറഞ്ഞത്. ''യക്ഷി നല്ല സുന്ദരിയായിരിക്കും. തുവെള്ള സാരി ധരിക്കും. നീണ്ട അഴിച്ചിട്ട തലമുടി. നീണ്ട രണ്ടു കോമ്പല്ലുകൾ, ഇടക്കിടെ ചിരിക്കും. രാത്രിയാണ് സഞ്ചാരം. നിലാവുള്ള രാത്രികളിൽ കാട്ടുപൊന്തയിൽക്കൂടി നടക്കും. ഇതൊക്കെയാണ് സിനിമയിൽ കണ്ടത്. ഈ അഭിപ്രായത്തോടു മറ്റു കുട്ടികളും യോജിച്ചു. ശരി, എന്നാൽ പൂതമെന്താണെന്ന് ഇടശ്ശേരി ഗോവിന്ദൻ നായരുടെ കവിതയിൽ നിന്ന് മനസ്സിലാക്കാം.

പണ്ടുകാലത്ത് മകരക്കൊയ്ത്തു കഴിഞ്ഞു വേനൽക്കാലം ആരംഭിക്കുന്നതോടെ പൂതങ്ങൾ വീടുകൾ തോറും കെട്ടിയാടി നടക്കുമായിരുന്നു. പൂതത്തിന്റെകൂടെ തുടികൊട്ടലും കുഴൽ വിളിയും ഓട്ടു ചിലങ്കയുടെ താളവും അകമ്പടിയായുണ്ടാവും. അമ്പിളിപ്പൂങ്കുല, പിച്ചളത്തോട, കഴുത്തിൽ കിലുങ്ങുന്ന പണ്ടങ്ങൾ, മായക്കിരീടം, പൂമാല, പിന്നിൽ മുട്ടോളം നീണ്ടു കിടക്കുന്ന ചെമ്പിച്ച മുടി, വെള്ളപ്പാവാട, അതിനുമീതെ കെട്ടിയുറപ്പിച്ച ചോപ്പ് അരമണി. ഇതൊക്കെയാണ് പൂതത്തിന്റെ വേഷം.

പൂതം മനോഹരമായി നൃത്തം ചെയ്യും. എവിടെ നിന്നാണ് പൂതം വരുന്നത്! പൂതം എവിടെയാണ് താമസിക്കുന്നത്? പകൽ സമയം പൂതം പാറക്കെട്ടിന്നടിയിലുള്ള ഗുഹയിലായിരിക്കും.

ഗുഹ പറയൻ കുന്നിന്റെ അങ്ങേ ചെരിവിലാണ്. ഗുഹയുടെ കിളിവാതിലിലൂടെ തുറിച്ച കണ്ണുമായി പൂതം നോക്കിക്കൊണ്ടിരിക്കും. ഉച്ചസമയമായാൽ മെല്ലെ ഇറങ്ങിവരും. പൈക്കളെ മേയ്ക്കുന്ന കുട്ടികൾ മരത്തണലിൽ വിശ്രമിക്കുമ്പോൾ ഒറ്റക്ക് മേയുന്ന പശുവിന്റെ മുലകൾ പൂതം വലിച്ചു കുടിക്കും. അന്തിയായാൽ ബന്ധുവീടുകളിലേക്ക് പോകുന്ന വഴിപോക്കരെ വഴി തെറ്റിച്ച് അകലേക്ക്, അകലേക്ക് കൊണ്ടു പോകും. അപ്പോൾ പൂതത്തിൽ നിന്ന് രക്ഷപ്പെടാൻ ഒരു മാർഗ്ഗമുണ്ട്. മുറുക്കാനുള്ള എല്ലാ വസ്തുക്കളും ചേർത്ത താംബൂലം പൂതത്തിന് കൊടുക്കുക. അപ്പോൾ വഴി തെളിഞ്ഞുകാണം. യാത്രക്കാർക്ക് വീട്ടിലെത്താം. പൂതം താംബൂലം നന്നായി മുറുക്കി പാറ്റിതുപ്പും. ഇങ്ങനെ തുപ്പുന്നതിനാലാണ് കാട്ടിലെ തെച്ചിക്ക് ചുവപ്പുനിറം കൈവന്നത്.

ഈ പൂതം ചിലപ്പോൾ രാത്രികാലങ്ങളിൽ യക്ഷിയായി രൂപം മാറും. അലസമായ മുടി ചിക്കിക്കൊണ്ട് വഴിവക്കിൽ വശീകരിക്കുന്ന ചിരിയുമായി നില്ക്കും. സംഗതി വശാൽ നേരമല്ലാത്ത നേരത്തു ആ വഴിയിലൂടെ സഞ്ചരിക്കുന്ന ചെറുപ്പക്കാരെ ആകർഷിച്ചു കൊണ്ടുപോകും. അങ്ങനെ കൊണ്ടുപോയി മനോഹരമായ ഏഴുനിലമാളികയിൽ എത്തിക്കും. എല്ലാം ഒരു സ്വപ്നം പോലെ അനുഭവപ്പെടുന്ന ചെറുപ്പക്കാരെ മടിയിലിരുത്തി താലോടി അവരുടെ ചുടുചോര അവൾ വലിച്ചുകുടിക്കും.. പിറ്റേ ദിവസം കാണുന്ന കാഴ്ച അതിഭയങ്കരമായിരിക്കും. ഏഴുനില മാളികയായി തോന്നിയതു വെറും കരിമ്പനയായിരിക്കും. കുന്നിന്റെ പാറക്കെട്ടുകളിൽ യക്ഷി രക്തമൂറ്റിക്കുടിച്ച ചെറുപ്പക്കാരുടെ എല്ലും മുടിയും അങ്ങിങ്ങായി കാണപ്പെടും.

യക്ഷിയുടെ ഈ കഥ കേൾക്കുമ്പോൾ നിങ്ങൾക്ക് എന്തു തോന്നുന്നു? മുത്തശ്ശന്റെ ചോദ്യം കേട്ടു കുട്ടികൾ സാകൂതം നോക്കി. ‘‘അയ്യോ! എനിക്കു പേടിയാവുന്നു. എനിക്ക് ഇന്നുരാത്രി ഉറക്കം വരില്ല’’. അനഘയുടെയാണ് ഈ അഭിപ്രായം. എനിക്ക് അത്ര പേടിയൊന്നുമില്ല. സഹീർ ധൈര്യം പ്രകടിപ്പിച്ചു.

ആട്ടെ, ആരും പേടിക്കേണ്ട. ഇതൊക്കെ കഥകൾ. ഇന്നോ ഇന്നലെയോ നടന്നതല്ല. പണ്ടു പണ്ടേ കേട്ടുപോന്ന ഐതിഹ്യങ്ങൾ മാത്രം. മുത്തശ്ശൻ അവരെ സമാധാനിപ്പിച്ചു.

പക്ഷേ, നമ്മുടെ ഇന്നത്തെ കഥ ഈ പറഞ്ഞയക്ഷിയുടേതല്ല. നല്ല സ്നേഹമുള്ള ഒരു പൂതത്തിന്റേതാണ്. കേട്ടോളൂ. മുത്തശ്ശൻ പൂതപ്പാട്ട് എന്ന കവിതയിലെ കഥാസാരം ചുരുക്കി പറഞ്ഞു.

''ആറ്റിൻകരയിലെ മാളികവീട്ടിലെ നങ്ങേലിക്ക് ഏറെ നേർച്ച പാർച്ചകൾക്കുശേഷം ഒരു ഉണ്ണി പിറന്നു. ഉണ്ണിയെ അവൾ പൊന്നുകൊണ്ട് മൂടി. അരയിൽ കിങ്ങിണി. കാതിൽ കടുക്കൻ. എല്ലാം പൊന്നുതന്നെ. നങ്ങേലി അവന് അപ്പവും പാലും കൊടുത്തു. കാച്ചിയ മോരൊഴിച്ച് മാമുകൊടുത്തു. മാമുണ്ണാൻ വേണ്ടി കാക്കയെ വിളിച്ചും പൂച്ചയെവിളിച്ചും പാട്ടുകൾ പാടിക്കൊടുത്തു. അങ്ങനെ എന്തെല്ലാം! എന്തൊരു സ്നേഹമാണ് ഉണ്ണിയോട്. ഉണ്ണിയെ താഴെ വെക്കാൻ തോന്നുന്നില്ല. ഉറുമ്പരിച്ചാലോ എന്ന പേടി. തലയിലും വെക്കാൻ തോന്നുന്നില്ല. പേൻകടിച്ചാലോ? തങ്കക്കട്ടിലിൽ പട്ടുവിരിച്ച് താലോലം പാടി പൂന്തുടയിൽ തട്ടിയുറക്കുകയാണ് നങ്ങേലി. ഉണ്ണിയുറങ്ങി. അരികിൽ നങ്ങേലിയും ഉറങ്ങി. ഇങ്ങനെയാണ് നങ്ങേലി പൊന്നു മോനെ വളർത്തിയത്.

ഉണ്ണിക്ക് ഏഴുവയസ്സ് പൂർത്തിയായി. മോനെ സ്കൂളിലയച്ച് പഠിപ്പിക്കണം. നങ്ങേലിക്ക് മോഹമായി. ഒരു ദിവസം നങ്ങേലി അവന്റെ കുഞ്ഞിക്കുമ്പമേൽ പുളിയിലക്കരമുണ്ട് ഉടുപ്പിച്ച്, കുടുമകെട്ടി, കവിളിൽ തലോടി, പൊൻപിടിയുള്ള എഴുത്താണിയും മഷിയിട്ടു മിനുക്കിയ ഓലയും കൈയിൽ കൊടുത്തു പള്ളിക്കൂടത്തിലേക്കയച്ചു. പടിപ്പുരയിൽ നിന്ന് പൊന്നുമോൻ പോകുന്നതും നോക്കി നങ്ങേലി നിന്നു. അതാ, അവൻ വയലിന്റെ മൂലയിൽ നിന്നും ഇടവഴി കയറുന്നു. പടർന്നു പന്തലിച്ച അരയാലിൻ ചോട്ടിൽ എത്തിയിരിക്കുന്നു. അവൾ ആശ്വസിച്ചു. ഉണ്ണിയാവട്ടെ വഴിവക്കിലുള്ള കാഴ്ചകൾ കണ്ട് രസിച്ച് മെല്ലെ മെല്ലെ നടക്കുകയാണ്. അവൻ പറയൻകുന്നിന്റെ മറ്റേ ചരിവിലേക്ക് മെല്ലെ ഊർന്നിറങ്ങിക്കഴിഞ്ഞു. എങ്ങിനെയുണ്ട് ഉണ്ണിയുടെ പോക്ക്? ഇടക്ക് മുത്തശ്ശൻ ചോദിച്ചു.

അയ്യോ! കഷ്ടം മുത്തശ്ശാ. അവൻ ഒറ്റയ്ക്കല്ലേ പോകുന്നത്? അമ്മക്കും കൂടെ പോകാമായിരുന്നില്ലേ. സുശോഭാണ് അതുപറഞ്ഞത്. ''സുശോഭേ, ഇപ്പോഴത്തെ കുട്ടികളെ ആദ്യമായി സ്കൂളിൽ ചേർക്കുമ്പോൾ അച്ഛനോ അമ്മയോ മറ്റാരെങ്കിലുമോ കൂടെ പോകും. പണ്ടത്തെകാലം അങ്ങനെയല്ല. അവന്റെ അമ്മയ്ക്ക് മറ്റുപല ജോലികളും ചെയ്യാനുണ്ടാകും. മോന്റെ കൂടെ പോകാൻ എവിടെയാണ് സമയം! പിന്നെ അവൻ ഏഴുവയസ്സായില്ലേ? അവന് ഒറ്റക്ക് പോകാനുള്ള ധൈര്യവും ഉണ്ടെന്ന് വെച്ചോളൂ.'' മുത്തശ്ശൻ അവരെ ആശ്വസിപ്പിച്ചു.

ഉണ്ണി നടന്ന് നടന്ന് പാറക്കെട്ടിന്റെ അടുത്തെത്തി, അപ്പോൾ അതാ പാറക്കെട്ടിന്റെ പിളർപ്പിലുള്ള കിളിവാതിൽ തുറക്കപ്പെടു

ന്നു. ആരായിരിക്കും കിളിവാതിൽ തുറന്നത്. പൂതം, പൂതം, കുട്ടികൾ ഒന്നിച്ചു വിളിച്ചു പറഞ്ഞു. അതെ പൂതം തന്നെ. കിളിവാതിൽ തുറന്നു നോക്കിയ പൂതം കണ്ട കാഴ്ച എത്ര സുന്ദരമായിരുന്നു! നങ്ങേലിയുടെ പൊന്നുമോൻ നടന്നുനടന്നു വരുന്നു. പുഴയിലൂടെ ഒഴുകിവരുന്ന ആമ്പൽപൂവു പോലെ, പുവമ്പഴം പോലെ അങ്ങിനെ ഭൂമിയിലും ആകാശത്തുമുള്ള ഏതൊരു സൗന്ദര്യ വസ്തുപോലെയും മനോഹരം! അങ്ങനെയുള്ള പൊന്നുണ്ണിയെ കണ്ട് പൂതം മതിമറന്നു. ഉണ്ണിയെ കണ്ടതോടെ പൂതത്തിന്റെ യഥാർത്ഥരൂപം എങ്ങോ പോയി മറഞ്ഞു. അവളുടെ മാറിൽ കോരിത്തരിപ്പുണ്ടായി. അവൾ മനസ്സുനിറയെ സ്വപ്നങ്ങളുള്ള ഒരു യുവതിയായി മാറി. പൂമരത്തിന്റെ ചോട്ടിൽ നിന്നു കൊണ്ട് പൂതം ഉണ്ണിയോട് പതിഞ്ഞ സ്വരത്തിൽ പറഞ്ഞു. ''എന്റെ കരളിന്റെ കരളായ പൊന്നുണ്ണീ, ഓലയും എഴുത്താണിയും എറിഞ്ഞു കളഞ്ഞിട്ട് ഇതാ എന്റെ അടുത്തേക്ക് വരൂ.

''അയ്യോ എഴുത്താണി കളയാൻ പാടില്ല. ഗുരുനാഥൻ വഴക്ക് പറയും'' ഉണ്ണി പറഞ്ഞു.

''ഈ പൂന്തണലിൽ ഇളം കാറ്റേറ്റുകൊണ്ട് മാന്തളിരിൽ മുല്ലപ്പൂവിന്റെ മുനകൊണ്ട് എന്റെ പൊന്നുണ്ണിക്ക് എഴുതാമല്ലോ. ഓലയും എഴുത്താണിയും കാട്ടിലേക്ക് എറിഞ്ഞിട്ടു എന്റെ അടുത്തേക്ക് ഓടി വരൂ. പൂതം ഉണ്ണിയോട് അനുനയ സ്വരത്തിൽ പറഞ്ഞു. ആ സുന്ദരിപ്പെണ്ണിന്റെ തേനൂറുന്ന വാക്കുകൾ കേട്ടു ഉണ്ണി ഓലയും എഴുത്താണിയും എറിഞ്ഞു കളഞ്ഞു.''

നോക്കൂ, ഇനിയാണ് കഥയുടെ ഗതി മാറുന്നത്. ഇതേവരെ നാം കണ്ട കാഴ്ചയല്ല ഇനിയങ്ങോട്ട്. ശ്രദ്ധിച്ചു കേട്ടോളൂ മുത്തശ്ശൻ കുട്ടികളുടെ ആകാംക്ഷ ആളികത്തിച്ചു.

നങ്ങേലിയുടെ പൊന്നുണ്ണിയെ പൂതം വന്ന് പിടിച്ചു കൂട്ടിക്കൊണ്ടു പോയി. അവന് പള്ളിക്കൂടത്തിൽ പോകാനായില്ല. അമ്മകൊടുത്തയച്ച ഓലയും എഴുത്താണിയും ഇല്ല. ഇരുമ്പു കൊണ്ടുള്ള എഴുത്താണി നഷ്ടപ്പെട്ടതോടെ പൂതത്തിന് ഉണ്ണിയെ പിടിക്കാൻ സൗകര്യമായി. പൂതത്തിന് ഇരുമ്പിനെ പേടിയാണ്. ഇരുമ്പുള്ളേടത്ത് പൂതം അടുക്കില്ല.

നേരം വൈകുന്നേരമായി. പള്ളിക്കൂടം വിട്ടു ഉണ്ണി വരേണ്ടുന്ന സമയമായി. ഉണ്ണിയെ കാണുന്നില്ല. ഉണ്ണി എവിടെ പോയി? നങ്ങേലിയുടെ മനസ്സിൽ തേങ്ങലുയർന്നു. അവർ പുഴക്കരയിലൂടെ ഉണ്ണിയെ വിളിച്ചു നടന്നു. ആളൊഴിഞ്ഞ വയലിലൂടെ മകനെ

തേടിയലഞ്ഞു. കുന്നിൻ ചരിവിലും കൂർത്തു മൂർത്ത പാറക്കല്ലു കൾക്കിടയിലും കുഞ്ഞിനെ അന്വേഷിച്ചു, കാടും മേടും കടന്നു കയറി അവൾ അവനെ തിരക്കി. എങ്ങും കാണുന്നില്ല. അവളുടെ ഹൃദയം പിടഞ്ഞു. അപ്പോഴതാ പൂമരച്ചോട്ടിൽ തന്റെ പൊന്നു മോൻ! പൂതത്തിന്റെ കൂടെ പൂമാല കോർത്തുരസിക്കുന്നു. പൂതം അമ്മയുടെ കരച്ചിൽ കേട്ടിരിക്കും അവൾക്ക് യാതൊരു കുലുക്കവുമില്ല. പൂതം അമ്മയെ ആട്ടിയോടിക്കാൻ നോക്കി. പേ ടിപ്പിച്ചുനോക്കി. ചുഴലിക്കാറ്റായി ചീറിയടിച്ചു. നങ്ങേലി പേടി ച്ചില്ല. അവൾ തൂണുകണക്കെ നിന്നു. പൂതം കാട്ടുതീയായി വന്നു. അമ്മ ഭയന്നില്ല. അവൾ കണ്ണുനീർ കൊണ്ടു കാട്ടുതീയണച്ചു. പ ലപല വേഷങ്ങളിൽ പൂതം അമ്മയുടെ അടുത്തുവന്നു. അപ്പോ ഴൊക്കെ അമ്മയ്ക്ക് ഒരു കാര്യം മാത്രമേ പറയാനുണ്ടായിരുന്നു ള്ളൂ.! എനിക്ക് എന്റെ കുഞ്ഞിനെ വേണം' പൂതം ഒരു പുതിയ അടവെടുത്തു. അമ്മയെ പൊന്നും പണവും കൊടുത്തു പ്രലോ ഭിപ്പിക്കാൻ നോക്കി. അപ്പോൾ അമ്മയുടെ മുഖഭാവം മാറി. കു ഞ്ഞിനോടുള്ള സ്നേഹം അണപൊട്ടിയൊഴുകി. കുഞ്ഞിനു വേണ്ടി എന്തും ഉപേക്ഷിക്കാൻ അമ്മ തെയ്യാറായി. നങ്ങേലി തന്റെ രണ്ടുകണ്ണും ചുഴ്ന്നെടുത്തു പുതത്തിനു നേരെ നീട്ടി പ റഞ്ഞു ''ഇതാ ഇതിലും വലുതാണ് എനിക്ക് എന്റെ പൊന്നുമോൻ, ഉണ്ണിയെ തരൂ''.

പൂതത്തിന്റെ എല്ലാ അടവുകളും പരാജയപ്പെട്ടു. ഉണ്ണിയെ കൂടാതെ അമ്മ പോവില്ലെന്ന് പൂതത്തിന് ബോദ്ധ്യമായി. പൂതം അവസാനം ഒരു പരീക്ഷണം കൂടി നടത്തി. പൂതം ചില മന്ത്ര ങ്ങൾ ചൊല്ലി മറ്റൊരു ഉണ്ണിയെ ഉണ്ടാക്കി അമ്മയുടെ കൈയിൽ കൊടുത്തു. കണ്ണുകളില്ലാത്ത അമ്മ ഉണ്ണിയെ എടുത്തു ഉമ്മവെച്ചു. എന്തെന്നില്ലാത്ത സന്തോഷത്തോടെ കുഞ്ഞിനെ തലോടി. പെ ട്ടെന്ന് അമ്മയുടെ ഭാവം മാറി. തന്റെ കൈയിലുള്ള കുഞ്ഞു തന്റേതല്ല ''ഇതെന്നെപ്പറ്റിച്ചതാണ്. പെറ്റവയറിനെ വഞ്ചിക്കുക യാണോ, ഇതെന്തൊരു പൂതമാണ്?'' അമ്മയുടെ ശരീരം വിറ കൊണ്ടു കോപം കൊണ്ടു കത്തിജ്വലിച്ചു. പൂതത്തെ ശ പിക്കാൻ വേണ്ടി വിറയാർന്ന കൈകൾ ഉയർത്തി. ഭീകരമായ ഈ രംഗം കണ്ടു പൂതം ഞെട്ടി വിറച്ചു. അമ്മയുടെ ശാപമേ ല്ക്കാൻ പൂതത്തിന് കരുത്തില്ല. അമ്മയുടെ പുത്രവാത്സല്യത്തിന്റെ മുമ്പിൽ പൂതത്തിന്റെ എല്ലാ ശക്തികളും അസ്തമിച്ചു. പൂതം പിന്നെയൊന്നും ആലോചിച്ചില്ല. പൊടുന്നനവെ ഉണ്ണിയെ അമ്മ യുടെ കൈയിലേല്പിച്ചു. പൂതം ദീനതയാർന്ന് സ്വരത്തിൽ പ റഞ്ഞു. ''അമ്മേ! ഇനിമേലിൽ അമ്മയുടെ പൊന്നുണ്ണിയെ അമ്മ

യിൽ നിന്നും മാറ്റി നിർത്തില്ല. എന്നോടു ദേഷ്യം തോന്നരുത്. എന്നെ വേദനിപ്പിക്കരുത്. അമ്മക്ക് അമ്മയുടെ കണ്ണുകൾ തിരിച്ചു കിട്ടും. ഇതാ അമ്മയുടെ പൊന്നുമോൻ. കൺനിറയെ കണ്ടാലും.''

അമ്മയുടെ കണ്ണുകളിൽ പ്രകാശം തെളിഞ്ഞും പൂനിലാവു പോലെ ചിരിച്ചുകൊണ്ടു നില്ക്കുന്ന ഉണ്ണിയെ നിറകണ്ണുകളോടെ അമ്മ കണ്ടു. അമ്മയ്ക്ക് എന്തെന്നില്ലാത്ത ആഹ്ലാദം. എന്നാൽ പാവം പൂതമോ? പൂതത്തിന് കുഞ്ഞിനെ വേർപെട്ടു പോകാൻ കഴിയുന്നില്ല. യാത്രയാകുന്ന ഉണ്ണിയെ പൂതം വാരിയെടുത്തു മൂർദ്ധാവിൽ തെരുതെരെ ചുംബിച്ചു. ഇരുകണ്ണിലൂടെ കണ്ണുനീർ ചാലുകൾ ഒഴുകി. കുഞ്ഞിനെ വേർപെടുത്തുന്നതിലുള്ള ദുഃഖം കൊണ്ടു വീർപ്പുമുട്ടി നില്ക്കുന്ന പൂതത്തിനോട് അമ്മയ്ക്ക് വല്ലാത്ത ദയതോന്നി. അവൾ വികാരവിവശയായി. പുതത്തെ സാന്ത്വനിപ്പിച്ചുകൊണ്ട് നങ്ങേലി പറഞ്ഞു.

''എല്ലാവർഷവും മകരക്കൊയ്ത്തു കഴിഞ്ഞു കളപ്പുരയിൽ നെല്ലു കൂനയായി കൂട്ടിയിടുന്ന കാലത്ത് വെള്ളം വറ്റിയുണങ്ങിയ നെല്പാടം പൂട്ടുന്ന കാലത്ത് പൂതം ഞങ്ങളുടെ വീട് സന്ദർശിക്കണം. പൊന്നുണ്ണിക്ക് അത് എന്തു സന്തോഷമായിരിക്കുമെന്നോ! ഞങ്ങളുടെ മനസ്സിനും എന്താശ്വാസമായിരിക്കും!

പൂതത്തിന് സന്തോഷമായി. അങ്ങനെത്തന്നെ ആവാമെന്ന് പൂതം സമ്മതിച്ചു. അന്നുമുതൽ എല്ലാവർഷവും മകരക്കൊയ്ത്തു കഴിഞ്ഞാൽ പൂതം ഉണ്ണിയെ തേടി വീടുകൾ തോറും കയറിയിറങ്ങും. ഉണ്ണിയുടെ വീടേതെന്ന് പൂതത്തിന് അറിയുമായിരുന്നില്ല. നങ്ങേലി പറഞ്ഞതുമില്ല. ഉണ്ണിയെ പുതം വീണ്ടും പിടിച്ചുകൊണ്ടു പോകുമോ എന്ന് അവർ ഭയന്നിരിക്കണം.

ഉണ്ണിയെ തേടി വീടുകൾതോറും തുള്ളിച്ചാടി നടക്കുന്ന പൂതത്തെ ഉണ്ണിയെ വേണോ എന്നു ചോദിച്ചു ആളുകൾ കളിപ്പിക്കും. അപ്പോഴൊക്കെ പൂതത്തിന് മനസ്സിൽ തേങ്ങലടക്കാൻ കഴിയാതെ വന്നു. കുഴൽ വിളിയിലൂടെ ആ തേങ്ങൽ കേൾക്കാമായിരുന്നു. അങ്ങിനെ പൂതം എല്ലാവർഷവും മകരമാസത്തിൽ ഉണ്ണിയെ കാണാനുള്ള ആർത്തിയോടെ അമ്പിളിപ്പൂങ്കുല മെയ്യിലണിഞ്ഞു വന്നെത്തുക പതിവാക്കി.

കഥകേട്ടുകൊണ്ടിരുന്ന കുട്ടികളുടെ കണ്ണുകളിൽ നനവൂറുന്നതായി മുത്തശ്ശൻ കണ്ടു കുട്ടികൾ കരയുന്നുവോ അതോ ചിരിക്കുന്നുവോ? എന്താ കണ്ണു നനഞ്ഞത്? മുത്തശ്ശാ, ഞങ്ങൾക്ക്

സന്തോഷവുമുണ്ട്, സങ്കടവുമുണ്ട്. ശരിയാ മക്കളെ, സന്തോഷം കൊണ്ടും സങ്കടം കൊണ്ടും കണ്ണുനിറയും. ഈ കഥയിൽ സന്തോഷിക്കാനുമുണ്ട് സങ്കടപ്പെടാനുമുണ്ട്. അല്ലേ?

എന്തിനാ സന്തോഷിക്കുന്നത്?

''അമ്മക്ക് ഉണ്ണിയെ തിരിച്ചുകിട്ടി'' സുനന്ദയും അനഘയും സലീനയും ഒപ്പം പറഞ്ഞു. ശരി സങ്കടം എന്തുകൊണ്ടാണ്? സുശോഭും, സഹീറും ശ്യാമും പറയട്ടെ, നിങ്ങളിൽ ആരെങ്കിലും ഒരാൾ പറഞ്ഞാലും മതി.

പാവം പൂതത്തിന് ഉണ്ണിയോട് എന്തൊരു സ്നേഹമായിരുന്നു. ഉണ്ണിയെ കിട്ടാതെ വന്നപ്പോൾ പൂതത്തിനും വല്ലാതെ സങ്കടമുണ്ടായില്ലേ? ഞങ്ങൾക്കും സങ്കടം തോന്നി. ശരിയാ മക്കളെ മഹാകവി ഇടശ്ശേരി എത്ര മധുരമായാണ് ഈ കഥ കവിതയായി അവതരിപ്പിച്ചത്.' അല്ലേ? വാസനാ സമ്പന്നരായ കവികൾക്കേ അതു കഴിയൂ. കുട്ടികൾ തലകുലുക്കി. ഒരു നല്ല കഥ കേട്ട സംതൃപ്തി അവരുടെ കണ്ണുകളിൽ വിടരുന്നുണ്ടായിരുന്നു.

●

അച്ഛനും മകനും

ഇടശ്ശേരി ഗോവിന്ദൻ നായരുടെ 'പൂതപ്പാട്ട്' എന്ന കവിതയിലെ കഥാസാരം കേട്ട് തരളിതചിത്തരായ കുട്ടികൾ വർദ്ധിതമായ ആവേശത്തോടു കൂടിത്തന്നെയാണ് പിറ്റേദിവസവും മുത്തശ്ശനെ തേടിയെത്തിയത്. മുത്തശ്ശൻ അവർക്ക് ഏറ്റവും ഇഷ്ടപ്പെട്ട ഒരാളായിത്തീർന്നിരിക്കുന്നു. കുഞ്ഞുങ്ങളുടെ സന്തോഷവും കുസൃതിത്തരങ്ങളും മുത്തശ്ശനേയും ആഹ്ലാദിപ്പിക്കുന്നുവെന്ന് പറയേണ്ടതില്ലല്ലോ.

മുത്തശ്ശൻ നല്ല മുന്നൊരുക്കത്തിൽ തന്നെയാണ്. ഒരു പുതിയ കഥയുമായി കുട്ടികളെ കാത്തിരിക്കുകയായിരുന്നു. എതായിരിക്കും മുത്തശ്ശൻ നെയ്തെടുത്ത ആ പുതിയ കഥ, നമുക്ക് നോക്കാം. മുത്തശ്ശൻ കുട്ടികളോടു ചോദിച്ചു. 'നമുക്ക് ഇന്നു ഒരു പുതിയ കഥ വേണോ

വേണം- കുട്ടികൾ പറഞ്ഞു.

എന്നാൽ ചോദിക്കട്ടെ'നിങ്ങൾ ഒളപ്പമണ്ണ എന്ന ഒരു കവിയെപ്പറ്റി കേട്ടിട്ടുണ്ടോ?

ആരും ഒന്നും പറയുന്നില്ല. അവർക്കറിയില്ലെന്ന് മുത്തശ്ശന് ബോദ്ധ്യമായി. മുത്തശ്ശൻ ഒളപ്പമണ്ണയെ കുട്ടികൾക്ക് ഇങ്ങിനെ പരിചയപ്പെടുത്തിക്കൊടുത്തു.

ഒളപ്പമണ്ണ എന്നതു പാലക്കാടു പട്ടണത്തിൽ നിന്നും. 40 കി. മീ. അകലെ വെള്ളിനേഴി ഗ്രാമത്തിൽ സ്ഥിതിചെയ്യുന്ന ഒരു ഇല്ലമാണ്.''ഇല്ലത്ത് താമസിക്കുന്നവരെ നാം സാധാരണ എന്താണ് വിളിക്കാറുള്ളത്''

നമ്പൂതിരി - ശ്യാമാണ് ഉത്തരം പറഞ്ഞത്?

അപ്പോൾ ഒളപ്പമണ്ണയിലുള്ളവരും നമ്പൂതിരിമാർ തന്നെ. സാഹിത്യത്തേയും കലകളെയും പ്രോത്സാഹിപ്പിച്ചവരായിരുന്നു അവർ. ഒളപ്പണ്ണയിലെ വളരെ പ്രസിദ്ധനായ ഒരു കവിയായിരുന്നു സുബ്രഹ്മണ്യൻ നമ്പൂതിരിപ്പാട്. ഒളപ്പമണ്ണ എന്നുതന്നെയായിരുന്നു അദ്ദേഹത്തിന്റെ തൂലികാനാമവും. നർമ്മം കലർന്ന കവിതകൾ എഴുതുന്നതിൽ ഒരു പ്രത്യേക സാമർത്ഥ്യം തന്നെ അദ്ദേഹത്തിനുണ്ടായിരുന്നു. നമ്പൂതിരി കുടുംബങ്ങളിലെ ജീവിതവും അദ്ദേഹം തന്റെ കവിതക്ക് വിഷയമാക്കിയിട്ടുണ്ട്. അങ്ങിനെയുള്ള ഒരു കൃതിയാണ് നങ്ങേമക്കുട്ടി. ഇതിനു പുറമെ ആനമുത്ത്, സുഫല, ജാലകപക്ഷി, നിഴലാന, വരിനെല്ല്, നിത്യകല്യാണി, കഥാകവിതകൾ എന്നിവയും അദ്ദേഹത്തിന്റെ കൃതികളാണ്. രസകരങ്ങളായ കഥകൾ അടങ്ങുന്ന ഒരു കവിതാസമാഹാരമാണ് കഥാകവിതകൾ. ആ കൃതിയിൽ നിന്നുള്ള ഒരു കവിതയിലെ കഥയാണ് മുത്തശ്ശൻ നിങ്ങൾക്കുവേണ്ടി തെരഞ്ഞെടുത്തിട്ടുള്ളത്. കഥയുടെ പേർ 'അച്ഛനും മകനും'. പേർ സൂചിപ്പിക്കുന്നതുപോലെ ഒരു കുടുംബകഥ. അച്ഛനും മകനും അടങ്ങുന്ന ഒരു കുടുംബത്തിലെ പ്രശ്നങ്ങൾ തന്നെ കഥാവിഷയം. നമുക്ക് കഥയിലേക്ക് കടക്കാം.

ഒളപ്പമണ്ണ ആദ്യമായി നമ്മോട് പറയുന്നതു ഒരച്ഛന്റെയും മകന്റെയും വ്യത്യസ്തമായ പെരുമാറ്റ രീതികളെപ്പറ്റിയാണ്. അച്ഛൻ ശങ്കുണ്ണിമേനോൻ. മകൻ ഭാസ്കരൻ എന്ന ചെറുപ്പക്കാരൻ. ശങ്കുണ്ണിമേനോന്റെ വേഷം കേൾക്കണോ? തല മത്തങ്ങപോലെ, കുടുമയുമുണ്ട്. ശരീരമാസകലം വെണ്ണീർ പൂശിയിരിക്കുന്നു. പൂമുഖത്തിണ്ണയിൽ തൂണും ചാരി മൗനിയായി ബുദ്ധപ്രതിമകണക്കെ ശങ്കുണ്ണി മേനോൻ ഇരിക്കുകയാണ്.

എന്നാൽ മകൻ ഭാസ്കരനോ? ഭാസ്കരൻ വീട്ടിനകത്ത് മേശമേൽ വെച്ചിട്ടുള്ള കണ്ണാടിയിൽ നോക്കി മുഖം മിനുക്കുകയാണ്.

കത്രികകൊണ്ട് മീശ രൂപപ്പെടുത്തുന്നു. വാസനത്തൈലം തലയിലും മുഖത്തും പുരട്ടുന്നു. അങ്ങിനെ ഒരു മണവാളന്റെ വേഷത്തിലുള്ള ഒരുക്കത്തിലാണ് ഭാസ്കരൻ. ശങ്കുണ്ണിമേനോനെ നോക്കൂ, അയാൾ ഒരു ഈരിഴത്തോർത്തു മാത്രമാണ് ധരിച്ചിട്ടുള്ളത്. അയാൾക്ക് അതു മതി. ആ വേഷത്തിൽ എവിടെ വേണമെങ്കിലും എത്രദൂരം വേണമെങ്കിലും അയാൾ പോകും. എന്നാൽ മകന് ഇസ്തിരിയുലയാത്ത ഷർട്ടുവേണം. കുളിമുറിയിലാണെങ്കിലും ഇതുതന്നെ വേഷം. അച്ഛൻ കോലായിൽ കയറമെങ്കിൽ തന്നെ കാലു കഴുകണമെന്നതു നിർബന്ധം. മകന് അങ്ങിനെയൊന്നുമില്ല. വീടിന്റെ മച്ചിന്റെ പുറത്തും ഷൂസിട്ടേ നടക്കൂ. അച്ഛൻ നാഴിപാലിന് മുപ്പതുരൂപകണക്കിൽ പശുവിനെ വാങ്ങിയപ്പോൾ മകൻ വാങ്ങിയത് എന്താണെന്നല്ലേ. നല്ല പച്ചനോട്ടു കൊടുത്ത് കൂനൂരിൽ നിന്ന് ഒരു നായക്കുട്ടിയെ. പശു വളപ്പിൽ നിന്ന് പുല്ലും കറുകയും തിന്ന് വയർ നിറക്കും. നായക്കുട്ടിക്ക് ആട്ടു മാംസവും പാലും തന്നെ വേണം. അച്ഛന്റെയും മകന്റെയും സ്വഭാവം എങ്ങിനെയാണെന്നോ? രണ്ടാൾക്കും എളുപ്പം ദേഷ്യം പിടിക്കും ഫലമോ? എപ്പോഴും ശണ്ഠകൂടൽ തന്നെ.

മകന്റെ രീതികളൊന്നും അച്ഛന് പിടിക്കുന്നില്ല. അച്ഛൻ ചോദിച്ചു. 'എന്താടാ നിന്റെ ഭാവം! ഉള്ളതൊക്കെ പൊടിപൊടിക്കാനാണോ? നിനക്കോർമ്മയുണ്ടോ? കല്ലുപ്പിൽ ഉള്ളി ചതച്ചു ചേർത്ത് കഞ്ഞിയുടെ കൂടെ തൊട്ടു കൂട്ടിയവരാണ് നമ്മൾ.

അപ്പോൾ മകന്റെ ചോദ്യം. 'സൂക്ഷിച്ച പണമൊക്കെ ചാകുമ്പോൾ കൊണ്ടു പോവ്വോ? ശരി തറവാടു വിട്ടിറങ്ങി എന്നു വിചാരിക്കുക. ആയുസ്സ് നീണ്ടു കിട്ടുകയാണെങ്കിൽ പിന്നെ എങ്ങനെയാ ജീവിക്കുക? അച്ഛന്റെ ചോദ്യം. എന്നാലെന്താ? ഈ ഭാസ്കരൻ നോക്കിക്കൊള്ളും. അച്ഛന് ദേഷ്യം വന്നു.

എന്തുകൊണ്ടാടാ നോക്കുക?

ഇതാ. എല്ലുള്ള ഈ കൈകൊണ്ട്

മകന്റെ വീരവാദം കേട്ടു അച്ഛൻ പരിഹസിച്ചു.

വീരവാദം പറയുന്ന നാവിലെ എല്ലുകൊണ്ടായിരിക്കും. അച്ഛനും മകനും തമ്മിലുള്ള തർക്കം വിവരിച്ചു കൊണ്ടിരിക്കേ മുത്തശ്ശൻ കുട്ടികളുടെ മുഖഭാവം ശ്രദ്ധിച്ചു. അവർ നല്ല ഹരത്തിലാണ്. അവർക്ക് ചിരി അടക്കാൻ കഴിയുന്നില്ല. മുത്തശ്ശൻ ചോദിച്ചു. ''എങ്ങനെയുണ്ട് അച്ഛനും മകനും തമ്മിൽ ഇങ്ങനെയാണോ സംസാരിക്കുക? കുട്ടികളുടെ ചോദ്യം. കുട്ടികളുടെ ഗുണദോഷ

വിചിന്തനം മുത്തശ്ശന് ഇഷ്ടമായി. മുത്തശ്ശൻ ചോദിച്ചു. ''നിങ്ങളാരെങ്കിലും നിങ്ങളുടെ അച്ഛനമ്മമാരോട് ഈ രീതിയിൽ സംസാരിക്കാറുണ്ടോ? ഇല്ല. ഇല്ല. അവർ ഒന്നിച്ചു വിളിച്ചു പറഞ്ഞു. നല്ല കാര്യം. അപ്പോൾ ഇത്തരത്തിലുള്ള ആളുകളും നമ്മുടെ ഇടയിലുണ്ടെന്നാണ് കവി സൂചിപ്പിക്കുന്നത്. ഒരിക്കലും അതേ പോലെ ആവാൻ പാടില്ലെന്ന് കവി നമ്മെ ബോദ്ധ്യപ്പെടുത്തുകയാണ്. ശരി. നമുക്ക് കഥയുടെ ബാക്കി ഭാഗത്തേക്ക് കടക്കാം.

അച്ഛനും മകനും തമ്മിലുള്ള വാക്കേറ്റം സഹിക്കാതെ വന്നപ്പോൾ ഭാസ്കരന്റെ അമ്മ ഇടപെട്ടു. അവർ ഭാസ്കരന്റെ അച്ഛനോടു ചോദിച്ചു.

''നിങ്ങൾക്ക് നാണമില്ലേ, കുട്ടികളോട് ഇങ്ങനെ വഴക്കിടാൻ! ആളുകൾ കേൾക്കില്ലേ?''

ശങ്കുണ്ണി മേനോന്റെ കുടുംബം ഇപ്പോൾ ഭേദപ്പെട്ട നിലയിലാണ് എന്നാൽ പണ്ടുഅങ്ങനെയായിരുന്നില്ല. വെറും പാവങ്ങളായിരുന്നു. സ്വന്തമായി സ്ഥലമില്ല. നല്ല വീടില്ല. ഇന്നത്തെ വീട് രണ്ടുതട്ടുകളുള്ള വലിയ വീടാണ്. ശങ്കുണ്ണി മേനോന്റെ ചെറുപ്പകാലത്തെപ്പറ്റിയുള്ള ഒരു വിവരണം കവി നമുക്ക് നല്കുന്നു. മേനോന് സമൃദ്ധമായ മുടി ഉണ്ടായിരുന്നു. കെട്ടിൽ ഒതുങ്ങില്ല. അഴകുള്ള ശരീരം. മേനോൻ നെല്ലുർ മനയ്ക്കലേക്കുള്ള വഴിയരികിൽ ഒരു ചെറിയ പീടിക ഉണ്ടാക്കി. ഇന്ന് അതു ഓടു മേഞ്ഞ് കുമ്മായം തേച്ചു നല്ല രൂപത്തിലാക്കിയിരിക്കുന്നു. ശങ്കുണ്ണിമേനോൻ അമ്മാവനുമായി പിണങ്ങി. അതിന്റെ ഫലമായി അമ്മയേയും കൂട്ടി വീട്ടിൽ നിന്ന് ഇറങ്ങേണ്ടിവന്നു. അങ്ങനെയാണ് വഴിവക്കിൽ പീടിക കെട്ടിയത്. വഴി പോക്കർ മേനോനെ പരിഹസിക്കാൻ തുടങ്ങി. ''പാവം മുത്തശ്ശി, പീടികയുടെ ചായ്പിൽ കിടന്നു മരിക്കാനാണു അതിനു യോഗം'' തന്റെ മരണത്തിന്നുശേഷം മകൻ എടുത്തോട്ടെ എന്നു കരുതി അമ്മ തന്റെ തോട സൂക്ഷിച്ചുവച്ചിരുന്നു. ആ തോടയെടുത്ത് പണയം വെച്ചാണ് പീടികകെട്ടാനുള്ള സാധനങ്ങൾ വാങ്ങിയത്. മനക്കലെ തമ്പുരാന്റെ അടുത്തുപോയി പഞ്ചസാരയും മറ്റും കാഴ്ചവെച്ചു സങ്കടം പറഞ്ഞപ്പോൾ അമ്പതു രൂപകൊടുക്കാൻ കാര്യസ്ഥനോടുപറഞ്ഞു. കാര്യസ്ഥന് ഏഴു രൂപ കൈമടക്കി. അങ്ങനെ കിട്ടിയ പണം കൊണ്ടാണ് പലചരക്ക് കടതുടങ്ങിയത്. ആദ്യമാദ്യം ആരും തിരിഞ്ഞു നോക്കിയിരുന്നില്ല. പന്നീടു കച്ചവടക്കാരനായ മേനോന്റെ മര്യാദയും വിശ്വസ്തതയും കണ്ടു ആളുകൾ അടുത്തുകൂടി. കച്ചവടം മെച്ചപ്പെട്ടു കടമൊക്കെ വീട്ടി. വീടു ഓടിട്ടു. വാതിലും ജനലും

ചായം തേച്ച് ഭംഗിവരുത്തി. ശങ്കുണ്ണിമേനോന്റെ മേനിയഴകും വർദ്ധിച്ചു. കാതിൽ കടുക്കനിട്ടു. ചെത്തിമിനുക്കി ചായം തേച്ച് മോടിയാക്കിയ വീട്ടിലേക്ക് ജാനകിക്കുട്ടി എന്ന പെൺകുട്ടിയും വീട്ടുകാരിയായി വന്നു ചേർന്നു. അതിനിടയിൽ പത്തുപറനിലവും അതിനോടു ചേർന്ന് പറമ്പും മേനോൻ വില കൊടുത്തു വാങ്ങി.

ജാനകിക്കുട്ടിക്ക് കണ്ണിൽ കണ്ടതെല്ലാം വാങ്ങണമെന്നുണ്ട് . എന്നാൽ മേനോന്റെ അടുത്ത് അതൊന്നും നടക്കില്ലെന്നവൾക്കറിയാം. അതുകൊണ്ട് എല്ലാ ആഗ്രഹങ്ങളും ഉള്ളിലൊതുക്കി കഴിഞ്ഞു. അങ്ങിനെ ആ കുടുംബം പച്ച പിടിച്ചു. മേനോൻ ദിവസവും രാവിലെ കുളിയും തേവാരവും കഴിഞ്ഞു തോർത്തുമുണ്ടു തോളിലിട്ടു ശീലക്കുടയും നിവർത്തി കട തുറക്കാൻ വേണ്ടി പോകും. ശങ്കുണ്ണി മേനോന്റെ വൃദ്ധയായ അമ്മക്ക് ഒരേ ഒരു ആഗ്രഹം മാത്രമേ ബാക്കിയുള്ളൂ മകനോട് ആ കാര്യം തുറന്നുപറയുകയും ചെയ്തു. '' മോന് ഒരു കുഞ്ഞുണ്ടായി കാണണം എന്നിട്ട് ചത്താലും തരക്കേടില്ലായിരുന്നു. മുത്തശ്ശിയമ്മക്ക് നിരാശപ്പടേണ്ടി വന്നില്ല. അവരുടെ ആഗ്രഹം സഫലമായി. ശങ്കുണ്ണി മേനോന്റെ ഭാര്യ ജാനകിക്കുട്ടി ഒരു ആൺകുട്ടിയെ പ്രസവിച്ചു. മുത്തശ്ശി അതിരറ്റു സന്തോഷിച്ചു. താമസിയാതെതന്നെ പാവം എന്നെന്നേക്കുമായി കണ്ണടച്ചു.

കാലം മുന്നോട്ടു നീങ്ങിക്കൊണ്ടിരിക്കുകയാണ്. ലോകത്തിൽ പല മാറ്റങ്ങളും സംഭവിച്ചുകൊണ്ടിരുന്നു. രണ്ടാം ലോക മഹായുദ്ധം നടന്നു. യുദ്ധത്തിന്റെ അവസാനത്തിൽ ഹിറ്റ്ലർ മരിച്ചു. കൂടെ അനേകായിരം പേർ മരിച്ചു. ശങ്കുണ്ണിമേനോനിലും മാറ്റങ്ങൾ വന്നു. ഇടതൂർന്ന് വളർന്ന തലമുടി കൊഴിഞ്ഞു കഷണ്ടി കയറി. മക്കളെ പ്രസവിച്ചു പ്രസവിച്ച് ഭാര്യ ക്ഷീണിച്ചു വശം കെട്ടു. ഒരാൺകുട്ടി മാത്രമെ അവർക്കുള്ളൂ. ഭാസി എന്നു വിളിക്കുന്ന ഭാസ്കരൻ. മറ്റുള്ളതെല്ലാം പെൺകുട്ടികൾ. മേനോൻ വെച്ചു പിടിപ്പിച്ച തെങ്ങുകളൊക്കെ കായ്ച്ച് ഫലം കിട്ടിത്തുടങ്ങി. രണ്ടു തട്ടുള്ള ഒരു വീട് പുതുതായി നിർമ്മിച്ചു. പച്ച പിടിച്ച പൂന്തോപ്പുകൾ. വയലുകളിൽ സമൃദ്ധമായ കൃഷി. കന്നിയിലും മകരത്തിലും ആ വീട്ടിൽ ആഹ്ലാദത്തിമർപ്പുതന്നെ. മേനോ ന് ഒരേ ഒരു സങ്കടം മാത്രം ''ഇതൊന്നും മകൻ ഭാസ്കരൻ മനസ്സിലാക്കുന്നില്ലല്ലോ'', അവൻ എന്താണ് ചെയ്യുന്നത്. പശുവിനെ കറന്നെടുക്കുന്ന പാൽ മുഴുവൻ പട്ടിക്ക് കൊടുക്കുന്നു. മേനോൻ ഭക്തിയോടെ ശ്രീരാമനെ ധ്യാനിക്കുമ്പോൾ മകൻ കൂനൂരിൻ നിന്നും കൊണ്ടുവന്ന വൃത്തികെട്ട പട്ടി അയാളുടെ കാലുകളിൽ

നക്കുന്നു. മേനോന് ഇത് തീരെ ഇഷ്ടപ്പെട്ടില്ല അയാൾ ദേഷ്യം കൊണ്ട് അലറി ''ഈ പട്ടിയെ ഞാൻ തച്ചുകൊല്ലും. എവിടെ പോയി ആ തോന്ന്യാസി.?''

കുട്ടികൾ ശ്രദ്ധിക്കുകയാണെന്ന് മനസ്സിലാക്കിയ മുത്തശ്ശൻ മറ്റു ഓർമ്മപ്പെടുത്തലുകൾക്കൊന്നും തുനിയാതെ കഥയുടെ അവസാന ഭാഗത്തേക്ക് കടന്നു.

''ഒരു ദിവസം ശങ്കുണ്ണി മേനോൻ ഏതോ സ്വപ്ന ലോകത്തിൽ സഞ്ചരിക്കുകയായിരുന്നു. നമ്മുടെ രാജ്യം ബ്രിട്ടീഷുകാർ രണ്ടായി വെട്ടിമുറിച്ചിരിക്കുന്നു. രണ്ടുഭാഗത്തുമുള്ളവർ അന്യോന്യം കലഹിക്കുന്നു. കലഹം ഒരു വലിയ യുദ്ധമായി മാറാം. അങ്ങിനെ വന്നാൽ കച്ചവടം ഒന്നുകൂടി പൊടിപൊടിക്കാം. അങ്ങിനെ സ്വപ്നം കാണുകയായിരുന്നു മേനോൻ. അപ്പോഴാണ് തന്നെ ഞെട്ടിച്ച ഒരു സംഭവം മേനോൻ കാണാനിടയായത്. കോളേജ് വിദ്യാഭ്യാസം കഴിഞ്ഞ് വീട്ടിലേക്ക് മടങ്ങി വരികയാണ് ഭാസ്കരൻ. ഭാസ്കരൻ തനിച്ചല്ല. കൂടെ നല്ല ഭംഗിയുള്ള വസ്ത്രങ്ങൾ ധരിച്ച സുന്ദരിയായി ഒരു പെൺകുട്ടിയും. ആയിഷ എന്നാണ് അവളുടെ പേര്. വീട്ടിലെത്തിയതോടെ ഭാസ്കരൻ പറഞ്ഞു.

''ആയിഷേ, അകത്തേക്ക് പോകാം.''

ഇതു കേട്ടതോടെ മേനോൻ പൊട്ടിത്തെറിച്ചു. ഇടിവെട്ടുന്ന ശബ്ദത്തിൽ അയാൾ അലറി. ''പാടില്ല, പോ പുറത്ത്, അയാൾ വിറച്ചു. എന്നാൽ ഭാസ്കരന് യാതൊരു കൂസലുമില്ല. അവൻ ആ പെൺകുട്ടിയോടൊപ്പം അകത്തു കടന്നു. ശങ്കുണ്ണി മേനോൻ സങ്കടം സഹിക്കവയ്യാതെ കരഞ്ഞു പോയി.

ശങ്കുണ്ണിമേനോൻ പിന്നെ ഒന്നും ആലോചിച്ചില്ല. പിറ്റേദിവസം രാവിലെ അയാൾ വൃദ്ധയായ ഭാര്യയെയും കൂട്ടി പടിയിറങ്ങി. അതു കണ്ട ചില പരിചയക്കാർ മേനോനോട് ചോദിച്ചു. 'മേനോൻ എങ്ങോട്ടാണ്. പോകുന്നത്? അവരോട് മേനോന്റെ മറുപടി ഇത്രമാത്രം 'കുറച്ചു ദിവസങ്ങളായി കാശിക്കു പോകാൻ ആശിച്ചുകൊണ്ടിരിക്കുകയായിരുന്നു.'

കുട്ടികളേ, നമ്മുടെ കവി ഒളപ്പമണ്ണ മേനോന്റെ കാശിയാത്രയോടെ കഥ അവസാനിപ്പിക്കുകയാണ്. കാശി ഒരു പുണ്യസ്ഥലമാണെന്നറിയാമല്ലോ. സാധാരണ ഹിന്ദുമത വിശ്വാസികൾ പ്രായമായിക്കഴിഞ്ഞാൽ കാശിയാത്രചെയ്യുന്നതു ഒരു പുണ്യകർമ്മമായി കരുതിവരുന്നു. തിരിച്ചുവരണമെന്ന പ്രതീക്ഷയോടെയായിരുന്നില്ല അവരുടെ യാത്ര. അത്തരമൊരു യാത്രക്ക്

തന്നെയാണ് മേനോനും പുറപ്പെട്ടത്. മേനോന്റെ അപ്പോഴത്തെ മാനസികാവസ്ഥ അത്തരമൊരു യാത്രക്ക് അയാളെ പ്രേരിപ്പിക്കുകയായയിരുന്നു.

ഈ കഥയിൽ ഒളപ്പമണ്ണ നമുക്ക് നല്ലൊരു ഗുണപാഠം നൽകുന്നുണ്ട്. കുടുംബത്തിലെ പൊരുത്തക്കേടുകളെയാണ് അതു സൂചിപ്പിക്കുന്നത്. പഴയ വിശ്വാസിയും കർക്കശസ്വഭാവക്കാരനുമായ അച്ഛൻ. പരിഷ്കാരഭ്രമമുള്ള മകൻ. ഇവർക്ക് തമ്മിൽ ഒരിക്കലും യോജിക്കാനാവുന്നില്ല. അച്ഛന്റെ കഠിനാദ്ധ്വാനം ഒന്നുകൊണ്ടുമാത്രമാണ് കുടുംബം പച്ചവെച്ചത്. അതുൾക്കൊള്ളാൻ മകനാവുന്നില്ല. പണം എങ്ങിനെ ചെലവഴിക്കണമെന്നു അവനറിയില്ല. പരിഷ്കാരഭ്രമം തലയ്ക്ക് പിടിച്ച മകൻ എല്ലാകാര്യങ്ങളിലും അച്ഛനെ ധിക്കരിക്കുന്നു. മകനോടു കർക്കശമായി പൊരുമാറാനല്ലാതെ സ്നേഹിച്ചും ഉപദേശിച്ചും വളർത്താൻ അച്ഛനും കഴിഞ്ഞില്ല. അതിന്റെ ദുരന്തഫലമാണ്. തകർക്കപ്പെട്ട കടുംബജീവിതം. മകന്റെ ധിക്കാരം സഹിക്കാനാവാതെ അച്ഛന് വീടുവിട്ടിറങ്ങേണ്ടിവന്നു. പണമുണ്ടായതുകൊണ്ടുമാത്രം ജീവിതസുഖം കിട്ടണമെന്നില്ല. പരസ്പര വിശ്വാസവും സ്നേഹവുമാണ് ജീവിതത്തെ ധന്യമാക്കുന്നത് എന്ന തത്വത്തിന് ഈ കഥ അടിവരയിടുന്നു.

●

ശിഷ്യനായ ഗുരു

നമ്മുടെ മലയാള സാഹിത്യത്തിലെ പ്രതിഭാസമ്പന്നരായ കവികളുടെ മനോഹരമായ കവിതകളിലടങ്ങിയ ഏതാനും കഥകളാണ് കുഞ്ഞുങ്ങൾ ആസ്വദിച്ചുകൊണ്ടിരിക്കുന്നത്. 'മാമ്പഴം' എന്ന കാവ്യാലാപന മത്സരത്തിൽ നിന്ന് പ്രചോദനമുൾക്കൊണ്ട കുട്ടികൾ പ്രകടിപ്പിച്ച ആഗ്രഹം മുത്തശ്ശന്റെ കഥാകഥനത്തിലൂടടെ പുതിയ പുതിയ കഥാസന്ദർഭങ്ങളിലേക്ക് അവരെ ആകർഷിച്ചുകൊണ്ടിരിക്കുകയാണ്.

മുത്തശ്ശൻ ഒരു പുതിയ കഥയുമായി കുട്ടികളെ വരവേറ്റു. ഏതാണ് പുതിയ കഥയെന്ന് നോക്കാം. മുത്തശ്ശന്റെ തന്നെ വാക്കുകൾ.

"കുട്ടികളെ, സ്കൂളിൽ പഠിക്കുന്ന കാലത്ത് നിങ്ങൾക്കുണ്ടാകുന്ന അനുഭവങ്ങൾ പിന്നീട് ഓർമ്മിക്കുന്നത് വളരെ രസകരമായിരിക്കും അല്ലേ? പല മഹാന്മാരും അവരുടെ ഓർമ്മക്കുറിപ്പുകളിൽ അത്തരം അനുഭവങ്ങൾ രേഖപ്പെടുത്തിയിട്ടുണ്ട്. അനുഭവങ്ങൾ നല്ലതും ചീത്തയും ആവാം. നിങ്ങളും നിങ്ങൾക്കുണ്ടായ അനുഭവങ്ങളും ഇനി ഉണ്ടാവാൻ പോവുന്ന അനുഭവങ്ങളും കുറിച്ചു

വെക്കുന്നതു നന്നായിരിക്കും.

നമ്മുടെ ഇന്നത്തെ കഥ അത്തരമൊരനുഭവത്തെ ആസ്പദമാക്കിയുള്ളതാണ്. എൻ.എൻ. കക്കാടിന്റെ 'ശിഷ്യനായ ഗുരു' എന്ന കവിതയിലെ കഥ. എൻ.എൻ. കക്കാടിനെപ്പറ്റി നിങ്ങളിൽ ചിലരെങ്കിലും കേട്ടിരിക്കും.

എന്താ ശ്യാം!, ഞാൻ പറഞ്ഞ് ശരിയല്ലേ?

ശരി, മുത്തശ്ശാ, ഞാൻ കേട്ടിട്ടുണ്ട്. കക്കാടിന്റെ 'സഫലമീയാത്ര' എന്ന കവിത യുവജനോത്സവത്തിൽ ചൊല്ലുന്നതു കേട്ടിട്ടുണ്ട്.

'ശരിയാണ് ശ്യാം പറഞ്ഞത്. കക്കാടിന്റെ വളരെ പ്രസിദ്ധമായ ഒരു കവിതയാണത്. രോഗഗ്രസ്തനായ കക്കാടിന്റെ വേദന കലർന്ന ചിന്തകളും ഓർമ്മപ്പെടുത്തലുകളുമാണ് ആ കവിത. എൻ. എൻ. കക്കാടിന്റെ മുഴുവൻ പേർ കക്കാട് ഇല്ലത്ത് നാരായണൻ നമ്പൂതിരി എന്നാണ്. കോഴിക്കോട് ജില്ലയിലെ 'അവിടനല്ലൂർ' ഗ്രാമത്തിലെ കക്കാട് ഇല്ലത്താണ് അദ്ദേഹം ജനിച്ചത്. കക്കാടിന്റെ 'ശലഭഗീതം' എന്ന പ്രഥമ കവിതാസമാഹാരത്തിലെ ഒരു നല്ല കവിതയാണ് 'ശിഷ്യനായഗുരു'. ഏതൊക്കയാണ് കക്കാടിന്റെ മറ്റു കൃതികൾ? മുത്തശ്ശൻ തന്നെ ചിലതുപറയാം. കേട്ടോളൂ.

പാതാളത്തിന്റെ മുഴക്കം, വജ്രകുണ്ഡലം, പകലറുതിക്കുമുമ്പ് നാടൻ ചിന്തുകൾ, 1963. സഫലമീയാത്ര എന്നിവ. ഇത്രയും കാര്യങ്ങൾ തല്ക്കാലം ഓർമ്മിക്കുക. ഇനി നമുക്ക് കഥയിലേക്ക് കടക്കാം.

ശിഷ്യനായ ഗുരു എന്ന പ്രയോഗത്തിൽ തന്നെ എന്തോ പ്രത്യേകത തോന്നുന്നില്ലേ? ശിഷ്യൻ എങ്ങിനെയാണ് ഗുരുവാകുക? ഈ കഥയിൽ ഒളിഞ്ഞുകിടക്കുന്ന രഹസ്യമെന്താണെന്ന് നമുക്ക് പരിശോധിക്കാം. മുത്തശ്ശൻ കുട്ടികളുടെ ജിജ്ഞാസ ഉണർത്തി. കഥ കേൾക്കാനുള്ള ആകാംക്ഷയോടെ അവർ കാതോർത്തു.

'പഴയ കാലത്തെ ഒരു വിദ്യാലയം. ഇന്നത്തേതു പോലുള്ള സൗകര്യങ്ങളൊന്നുമില്ല. പണക്കാരുടെ കുട്ടികൾക്ക് മാത്രമേ സ്കൂളിൽ പഠിക്കാൻ കഴിഞ്ഞിരുന്നുള്ളൂ. പാവപ്പെട്ടവരുടെ കുട്ടികൾ നന്നെ ബുദ്ധിമുട്ടിയാണ് പഠിച്ചിരുന്നത്. പുസ്തകമില്ല. നല്ല കുപ്പായമില്ല. വിശപ്പടക്കാൻ ഒന്നുമില്ല. അങ്ങിനെ പട്ടിണിയും പരിവട്ടവുമായി സ്കൂൾ ജീവിതം തള്ളിനീക്കി. പലർക്കും പഠനം

പൂർത്തിയാക്കാതെ സ്കൂളിൽ നിന്നും മാറി നില്ക്കേണ്ടിവന്നു. അങ്ങിനെയുള്ളവരിൽ ഒരാളാണ് പരമു. പരമുവിന് ഒരു ദിവസം സ്കൂളിൽ പോകാൻ കഴിഞ്ഞില്ല. പിറ്റേദിവസം അവൻ സ്കൂളിൽ ചെന്നപ്പോൾ ഗുരുനാഥൻ ചോദിച്ചു.

പരമൂ എന്താ ഇന്നലെ സ്കൂളിൽ വരാതിരുന്നത്? സാധാരണ ഏതൊരദ്ധ്യാപകനും ചോദിക്കാറുള്ള ചോദ്യം. പരമു മറുപടി ഒന്നും പറഞ്ഞില്ല. അവൻ ഗുരുനാഥന്റെ മുഖത്തേക്ക് തന്നെ നോക്കിക്കൊണ്ടിരുന്നു. അവന്റെ മുഖത്ത് ഭയവും ഗുരുനാഥ നോടുള്ള ബഹുമാനവും നിഴലിച്ചു അവൻ എന്തോ പറയാൻ വെമ്പി. പക്ഷെ ഒച്ച പുറത്തു വരുന്നില്ല. എന്തെന്നില്ലാത്ത ഒരു ഭയം അവനെ അലട്ടിക്കൊണ്ടിരുന്നു. അവൻ മുമ്പിലുള്ള മേശ മേലേക്ക് മുഖം താഴ്ത്തി നില്ക്കുക മാത്രം ചെയ്തു. അങ്ങിനെ പേടിച്ചരണ്ടു നിൽക്കുന്ന പരമുവിനോട് ഗുരുനാഥൻ ചോദ്യം ആവർത്തിച്ചു. 'വേഗം പറയൂ. എന്താണ് ഇന്നലെ വരാതിരുന്നത്? പരമു വല്ലാത്ത ധർമ്മസങ്കടത്തിലായി. എങ്ങിനെ പറയും? കേട്ടാൽ കുറച്ചിലല്ലേ? അവന്റെ അഭിമാനം അവനെ പറയാനനുവദിക്കുന്നില്ല. എന്തു പറയും? പറയാതിരുന്നാലോ? ഗുരുനാഥന്റെ കൈയിൽ ഉയർത്തി പിടിച്ചിരിക്കുന്ന ചൂരൽ അവൻ കാണുന്നു. അവന് ഒച്ചപൊന്തുന്നില്ല. ചുണ്ടുകൾ വിറക്കുന്നു. അവന്റെ മനസ്സു ദുഃഖം കൊണ്ടു കനത്തു. മുഖം വാടി. ശരീരമാകെ എരിപൊരിക്കൊ ള്ളുന്നു. കണ്ണുകളിൽ കണ്ണുനീർ തളം കെട്ടി ക്രമേണ തുള്ളിക ളായി നിലത്തു വീണ് ഗുരുനാഥൻെറ മുമ്പിൽ ചിന്നിച്ചിതറി. ആ പാവം കുട്ടിക്ക് ഗുരുനാഥന്റെ മുമ്പിൽ അതല്ലാതെ എന്താണ് കാണിക്ക വെക്കാനുള്ളത്! ഒടുവിൽ കണ്ഠമിടറിക്കൊണ്ട് അവൻ പറഞ്ഞു. ''ഇന്നലെ ഞാൻ വിശപ്പുകൊണ്ട് വഴിയിൽ വീണുപേ ായി. വിശപ്പുകൊണ്ട് വഴിയിൽ വീണുപോയീ എന്ന പരമുവിന്റെ ദയനീയമായ വാക്കുകൾ ഗുരുനാഥന്റെ മനസ്സിൽ തുളച്ചുകയറി. അദ്ദേഹത്തിന്റെ മനസ്സിലൂടെ അജ്ഞാതമായ വേദനയുണർത്തുന്ന സംഭവങ്ങളുടെ ദൃശ്യങ്ങൾ കടന്നു പോയ്ക്കൊണ്ടിരുന്നു. ഗുരു നാഥന്റെ കണ്ണുകൾ ഈറനണിഞ്ഞു. പരമുവിനു നേരെ നീണ്ട ചൂരൽ കൈയിൽനിന്നും ഊർന്നുവീണു. ഗുരുനാഥൻ മുഖം താഴ്ത്തി ഇരുന്നു പോയി.

മുത്തശ്ശൻ കഥ അല്പ സമയത്തേക്ക് നിർത്തി കുട്ടികളിൽ ഓരോരുത്തരുടെയും മുഖത്തേക്ക് മാറിമാറി നോക്കി. ഉദ്വേഗം നിറഞ്ഞ കണ്ണുകൾ. പാവം കുട്ടികൾ. ലോലമായ മനസ്സിൻെറ ഉടമകൾ. അവരുടെ മനസ്സിലും വല്ലാത്ത നൊമ്പരം അനുഭവപ്പെ

ടുന്നതായി തോന്നുന്നു. അവരെ സമാധാനിപ്പിക്കണം. മുത്തശ്ശൻ ചോദിച്ചു. ‘‘നിങ്ങൾ പഠിക്കുന്ന സ്കൂളിൽ പരമുവിനെപോലുള്ള കുട്ടികൾ ആരെങ്കിലുമുണ്ടോ? ഇല്ല മുത്തശ്ശാ, ഞങ്ങളുടെ സ്കൂളിൽ കുട്ടികൾ എല്ലാവർക്കും ഉച്ചക്ക് ഭക്ഷണം കിട്ടുന്നുണ്ട്. അതിനുപുറമെ ചില ദിവസങ്ങളിൽ പാലും മുട്ടയും കിട്ടും. കുട്ടികളിൽ അധികം പേരും Snacks (സ്നാക്സ്) കൊണ്ടുവരാറുണ്ട്.

പട്ടിണികിടക്കുന്നവരെ ആരെയെങ്കിലും കണ്ടിട്ടുണ്ടോ?

കോഴിക്കോട് പോയപ്പോൾ റോഡരികിലും ചില ഹോട്ടലുകളുടെ മുന്നിലും ചിലരെ കണ്ടിട്ടുണ്ട്, ശ്യാമാണ് അതു പറഞ്ഞത്. മറ്റു കുട്ടികളും ശ്യാമിനെ പിൻതാങ്ങി. ശരി. എന്നാലും നമ്മുടെ നാട്ടിൽപുറങ്ങളിലും മറ്റും അങ്ങിനെയുള്ളവർ വളരെവളരെ കുറവുതന്നെയാണ് അല്ലേ? അതുകൊണ്ടു നമ്മുടെ രാജ്യത്ത് നിന്ന് പട്ടിണി തീരെ ഇല്ലാതായി എന്നു വിശ്വസിച്ചുകൂടാ. മുത്തശ്ശൻ കൂട്ടിച്ചേർത്തു. ശരി നമുക്കിനി പരമുവിന്റെ കഥയിലേക്കു തന്നെ മടങ്ങാം.

കുട്ടികളെ, ഗുരുനാഥന്റെ കൈയിൽ നിന്നും പരമുവിനു നേരെ ഉയർത്തിപ്പിടിച്ച ചൂരൽ നിലത്തു വീണുപോയില്ലേ? ആരും വീഴ്ത്തിയതല്ല. അങ്ങിനെ സംഭവിച്ചുപോയതാണ്. അതിനൊരു കാരണമുണ്ട്. കേട്ടോളൂ. ഗുരുനാഥൻ തന്റെ വിദ്യാർത്ഥി ജീവിതകാലത്തെ ആ സംഭവം ഓർത്തുപോയി. പരമുപഠിക്കുന്ന അതേ വിദ്യാലയത്തിൽതന്നെയാണ് ഗുരുനാഥനും പഠിച്ചത്. പരമു നിൽക്കുന്ന, അതേ മേശയുടെ മുമ്പിൽ നിന്ന് കുപ്പായത്തിന്റെ വാക്കുകൊണ്ട് കണ്ണുനീരൊപ്പിക്കൊണ്ടു താനും പരമു പറഞ്ഞ വാക്കുകൾ പറയാനിടവന്നു. ഗുരുനാഥന്റെ കുട്ടിക്കാലത്തെ അവസ്ഥയെന്തായിരുന്നു വെന്നോ? പറയാം. മുത്തശ്ശൻ ഗുരുനാഥന്റെ കുട്ടിക്കാലത്തിന്റെ ചിത്രം കവിയുടെ വാക്കുകളിലൂടെ വരച്ചിട്ടു.

‘ഗുരുനാഥൻ കുട്ടിയായിരിക്കുമ്പോൾ താമസിച്ചിരുന്ന വീടു പഴകിയതും പൊളിഞ്ഞു വീഴാറായതുമായിരുന്നു. അച്ഛൻ പണക്കൊഴുപ്പുള്ള കുടുംബത്തിലായിരുന്നുവെങ്കിലും പിന്നീട് അതെല്ലാം തകർന്നു. അമ്മയും അങ്ങിനെതന്നെ. അച്ഛനമ്മമാർക്ക് നാലുകുട്ടികൾ. എല്ലാം അയാൾ ഓർത്തു. സ്കൂളിലേക്ക് പോകുമ്പോൾ ഒന്നും കഴിക്കാനില്ല. പച്ചവെള്ളം മാത്രം കുടിച്ചു. അപ്പോൾ അമ്മ കണ്ണീരോടെ പറയും. ‘മേനേ, നീ പോയി പഠിച്ചു മിടുക്കനായി വരൂ. അപ്പേഴേക്കും ഞാൻ കഞ്ഞി തയ്യാറാക്കിവെക്കും. അമ്മയുടെ പവിത്രമായ മനസ്സിൽ നിന്നും ഉതിർന്നുവീണ

ഈ വാക്കുകൾ മകന് പുതിയ ചൈതന്യം നൽകി. പഠിക്കണമെന്ന വാശിയോടെ ദിവസവും അവൻ സ്കൂളിൽ പോകും. മകന്റെ മടങ്ങിവരവും കാത്തുനിൽക്കുന്ന അച്ഛനമ്മമാർ, മകൻ വീടിന്റെ പടികയറിവരുമ്പോൾ അവർക്കുണ്ടാകുന്ന ആശ്വാസം. ഇതെല്ലാം അയാൾ ഓർത്തുപോയി. അമ്മ തരുന്ന ഒരു കവിൾ കഞ്ഞികുടിച്ച് തളർച്ച തീർക്കും. പിന്നീട് ആവണക്കിന്റെ ഉണങ്ങിയ കുരു ഈർക്കിലിയിൽ കോർത്തുവക്കും. അതുകത്തിച്ചാണ് രാത്രിയിൽ പുസ്തകം വായിക്കുക. പാതിരാവരെ വായിക്കുകയും എഴുതുകയും ചെയ്തു. അങ്ങിനെ കഷ്ടപ്പാടുകളോട് മല്ലിട്ടു പഠിച്ചു. വീണ്ടും ഓർമ്മകൾ മനസ്സിൽ നിന്ന് മറനീക്കി പുറത്തുവന്നു. ഒരു സംഭവം ഗുരുനാഥന്റെ സ്മരണയിൽ പച്ചപിടിച്ചുനിൽക്കുന്നു. 'അച്ഛൻ അഞ്ചാറു ദിവസമായി പനിപിടിച്ചു കിടക്കുകയായിരുന്നു. വിശപ്പടക്കാൻ വീട്ടിൽ ഒന്നുമില്ല. ആരും ഒന്നും കഴിച്ചിട്ടില്ല. പിറ്റേദിവസം തളർച്ചകൊണ്ടു ആർക്കും എഴുന്നേല്ക്കാൻ പോലും കഴിഞ്ഞില്ല. അപ്പോൾ അവന്റെ മനസ്സിൽ പഠിക്കുന്ന വിദ്യാലയമായിരുന്നു. അവന് സ്കൂളിൽ പോകണം. അത് അവന്റെ വാശിയായിരുന്നു അമ്മ മകനോട് പറഞ്ഞു. '' മോനെ, നീ ഇന്ന് സ്കൂളിൽ പോകരുത്. വിശപ്പടക്കാൻ ഒന്നുമില്ലാത്ത അവസ്ഥയിൽ മകനെ സ്കൂളിലയക്കാൻ അമ്മയ്ക്കാവുമായിരുന്നില്ല. അമ്മയുടെ വിലക്കുപോലും മകൻ ലംഘിച്ചു. എങ്ങിനെ പോകും? അവന്റെ കാൽ തളരുകയായിരുന്നു. നടക്കാൻ കഴിയുന്നില്ല. കുറെ പച്ചവെള്ളം കുടിച്ചു. ക്ഷീണം അല്പം മാറിയതായിതോന്നി. പഠിക്കണം. അവന്റെ സിരകളിൽ ഒരു പുതിയ ശക്തി ഉണർന്നതുപോലെ അനുഭവപ്പെട്ടു. അവൻ ആവേശത്തോടെ നടന്നു. പക്ഷെ ആ ആവേശം അല്പ സമയത്തേക്ക് മാത്രമായിരുന്നു. അവന് നടക്കാൻ കഴിയാതായി. ഞരമ്പുകൾ വലിഞ്ഞുമുറുകുന്നു. വയറ്റിൽ വിശപ്പിന്റെ പുളച്ചിൽ. പെരുമ്പാമ്പ് ഇഴയുന്നതുപോലെ-ഭൂമിയാകെ കറങ്ങുന്നതുപോലെ അവന് തോന്നി. കാലുകൾ തളർന്നു അവൻ ആ പാതയോരത്തെ പൊടിമണ്ണിലിരുന്നു. അവൻ വിയർത്തു കുളിച്ചിരിക്കുന്നു. പിന്നീട് ഒന്നും ഓർമ്മയില്ല. ഏറെ നേരം കഴിഞ്ഞു ബോധം തിരിച്ചുകിട്ടയപ്പോൾ കണ്ടത് കണ്ണീരൊഴുക്കിക്കരയുന്ന അമ്മയെയാണ്.

പിറ്റെദിവസവും സ്കൂളിൽ പോയി. തലേദിവസം അവൻ പോയിട്ടില്ലെന്നറിയാം. ഗുരുനാഥൻ കണ്ണുചുവപ്പിച്ചുകൊണ്ടു അവനോട് ചോദിച്ചു. 'എന്താ ഇന്നലെ വരാതിരുന്നത്? അപ്പോൾ കണ്ണുതുടച്ചുകൊണ്ട് അവൻ പറഞ്ഞു'' എന്തായിരിക്കും കുട്ടി പറഞ്ഞിരിക്കുക നിങ്ങൾക്ക് ഊഹിക്കാമോ? മുത്തശ്ശൻ കുട്ടിക

ളുടെ അഭിപ്രായമാരാഞ്ഞു. 'പരമു പറഞ്ഞതു പോലെതന്നെയല്ലേ, മുത്തശ്ശാ! കുട്ടികൾ ചോദിച്ചു. അതേ മക്കളെ, പരമുപറഞ്ഞ അതേ ഉത്തരംതന്നെ. വിശപ്പുകൊണ്ട് വഴിയിൽ വീണു പോയി''

പരമുവിന്റെ അനുഭവം ഗുരുനാഥനെ സംബന്ധിച്ചേടത്തോളം താൻ എന്നോമറന്നുകഴിഞ്ഞ, വിദ്യാർത്ഥിജീവിതകാലത്തെ ഒരു ദുരനുഭവത്തിന്റെ ഓർമ്മപ്പെടുത്തലായിത്തീർന്നു. യഥാർത്ഥത്തിൽ ഗുരുനാഥൻ ശിഷ്യനായ പരമുവിൽ നിന്ന് പാഠം ഉൾക്കൊള്ളുകയായിരുന്നു. അതോടെ ഗുരുനാഥൻ ശിഷ്യസ്ഥാനിയനായിത്തീർന്നു. ശിഷ്യനായ ഗുരു എന്ന് ഈ കവിതയ്ക്ക്(കഥയ്ക്ക്) പേർ നല്കപ്പെട്ടതിനുള്ള കാരണവും മറ്റൊന്നല്ല.

വിദ്യാർത്ഥി ജീവിതകാലത്തെ അനുഭവങ്ങളെ ഓർമ്മിപ്പിക്കുന്ന ഒരു കഥയെന്ന നിലയിൽ മുത്തശ്ശൻ പറഞ്ഞ കഥ കുട്ടികൾ വളരെ താല്പര്യത്തോടെയാണ് കേട്ടുകൊണ്ടിരുന്നത്. വീണ്ടും അടുത്ത ദിവസം വേഗം പുലർന്നു കാണണമെന്ന ആഗ്രഹത്തോടെ അവർ സ്വഗൃഹങ്ങളിലേക്ക് യാത്രയായി. കഥ പറഞ്ഞ ക്ഷീണം കൊണ്ടോ എന്തോ, മുത്തശ്ശൻ തന്റെ ചാരുകസേരയിലേക്ക് ചാഞ്ഞു അല്പമൊന്നു മയങ്ങി.

●

ഒരു പുതിയ വെളിച്ചം

കുട്ടികൾ കഥ കേൾക്കാൻ തല്പരരാണെന്ന് മുത്തശ്ശനറിയാം. എന്നിരുന്നാലും തുടർച്ചയായി കഥ കേൾക്കുന്നതിൽ അവർക്ക് യാതൊരു വൈമനസ്യവുമില്ലെന്നതു മുത്തശ്ശന് അതിശയകരമായിതോന്നി. നമ്മുടെ കുഞ്ഞുങ്ങൾക്ക് അവരുടെ ചെറുപ്രായത്തിൽ തന്നെ ശരിയായ ശിക്ഷണം നൽകിയാൽ തീർച്ചയായും അവർ ഭാവിയുടെ വാഗ്ദാനങ്ങളായിമാറും. ഇത്തരം ചിന്തകൾ മുത്തശ്ശന്റെ മനസ്സിൽ കൂടി കടന്നുപോവുകയാവാം. ഒരു പാടു അനുഭവങ്ങളുള്ള മുത്തശ്ശൻ കുട്ടികളുടെ മുന്നിൽ ഒരു മാതൃകാ പുരുഷന്റെ സാന്നിദ്ധ്യം വിളിച്ചറിയിക്കുന്നു.

കുഞ്ഞുങ്ങൾ എത്തിക്കഴിഞ്ഞതോടെ മുത്തശ്ശന്റെ ഉത്സാഹവും ഇരട്ടിച്ചു. വൈവിദ്ധ്യമാർന്ന കഥകൾ കുട്ടികളെ കേൾപ്പിക്കുന്നതിനാണ് മുത്തശ്ശൻ ശ്രമിക്കുന്നത്. അതുകൊണ്ടു ഒരു പുതിയകഥ മുത്തശ്ശൻ തേടിപ്പിടിച്ചിരിക്കുന്നു. കുട്ടികളുടെ ചരിത്രബോധവുമായി ബന്ധപ്പെട്ട കഥ

ഒരു പുതിയ വെളിച്ചം എന്നാണ് കഥയുടെ പേർ. ഈ കഥ മുടാടി ദാമോദരൻ എന്ന കവിയുടടെ ‘കഥ പറയുന്നകവിതകൾ’

എന്ന കവിതാസമാഹാരത്തിൽ നിന്ന് എടുത്തിട്ടുള്ളതാണ്. മുടാടി ദാമോദരൻ ഒരു പക്ഷേ നിങ്ങൾക്ക് സുപരിചിതനായിരിക്കില്ല കൊയിലാണ്ടിക്കടുത്ത മൂടാടിയിലാണ് അദ്ദേഹം ജനിച്ചത്. ഒര ധ്യാപകൻ കൂടിയായിരുന്ന മൂടാടി ദാമോദരൻ ധാരാളം കവിത കൾ എഴുതിയിട്ടില്ലെങ്കിലും ഇള്ളവ നല്ല വായനാ സുഖം ന ൽകുന്നവയാണ്. ഇനി കഥയിലേക്ക് കടക്കാം.

നമ്മുടെ രാജ്യം ഭരിച്ച പഴയകാല ചക്രവർത്തിമാരെപ്പറ്റി നിങ്ങൾ കേട്ടിരിക്കുമല്ലോ. ആരുടെയെങ്കിലും പേർ പറയാമോയ? പറയാം. മുത്തശ്ശാ. സുനന്ദയും അനഘയും പറഞ്ഞു. മറ്റാർക്കും പറയാൻ കഴിയില്ലേ? സലീനക്കും, ശ്യാമിനും, അവരാണല്ലോ നിങ്ങളിൽ ഉയർന്ന ക്ലാസിൽ പഠിക്കുന്നവർ! അറിയാമെന്ന് അവ രും തലയാട്ടി. എങ്കിൽ പറഞ്ഞോളൂ. ചന്ദ്രഗുപ്തമൗര്യൻ, അശോകൻ, വിക്രമാദിത്യൻ, അക്ബർ, ഷാജഹാൻ, ടിപ്പു സുൽത്താൻ, കുട്ടികൾ കുറെ പേരുകൾ പറഞ്ഞു. ഓഹോ, ധാരാ ളം. മതി-മതി- മുത്തശ്ശന് സന്തോഷമായി. മുത്തശ്ശൻ പറഞ്ഞു.

ശരി. ഇവരൊക്കെ നമ്മുടെ രാജ്യം ഭരിച്ചവർ തന്നെ. ഇവരിൽ അശോക ചക്രവർത്തിയുമായി ബന്ധപ്പെട്ട ഒരു കഥയാണ് പ റയുന്നത്. അശോക ചക്രവർത്തി നടത്തിയ ഒരു പ്രശസ്തമായ യുദ്ധമാണ് കലിംഗയുദ്ധം. ഈ യുദ്ധം ചക്രവർത്തിയുടെ ജീവി തത്തിലെതന്നെ ഒരു വഴിത്തിരിവായിത്തീർന്നു. ഈ സംഭവമാണ് നമ്മുടെ കഥയിലെ പ്രമേയം.

അശോക ചക്രവർത്തി ഭരണഭാരം ഏറ്റെടുത്തതോടെ അദ്ദേ ഹത്തന്റെ ഏറ്റവും വലിയ ആഗ്രഹമായിരുന്നു കലിംഗരാജ്യം തന്റെ രാജ്യത്തോടു ചേർക്കുക എന്നത്. കലിംഗം എന്നത് ഇന്നത്തെ ഒറീസ്സയാണ്. പൗരാണികകാലത്ത് രാജ്യങ്ങൾ ഇന്നത്തെ പേരിലായിരുന്നില്ല അറിയപ്പെട്ടിരുന്നത്. അംഗം, വംഗം, കലിംഗം, മഗധം, കോസലം, പാഞ്ചാലം, വിരാടം, സൈന്ധവം, മാളവം, എന്നിങ്ങിനെയായിരുന്നു. അശോകന്റെ അച്ഛനും, മുത്തശ്ശനും സാധിക്കാതിരുന്ന കാര്യം തനിക്ക് നേടണമെന്നതു അശോകന്റെ ഒരു വാശിതന്നെയായിരുന്നു. അങ്ങിനെ അശോക ചക്രവർത്തിയുടെ സൈന്യങ്ങൾ കലിംഗരാജ്യത്തിലേക്ക് ഇരച്ചു കയറി ആക്രമണം നടത്തി. ധീരരായ കലിംഗർ ശക്തിയായി തിരിച്ചടിച്ചു. യുദ്ധം കൊടുമ്പിരിക്കൊണ്ടു. എങ്കിലും കലിംഗർക്ക് അശോകന്റെ സൈന്യങ്ങളോട് എതിരിട്ടു നിൽക്കാൻ കഴിയാതെ വന്നു. അശോകൻ യുദ്ധം ജയിച്ചു. എന്നാൽ കലിംഗയുദ്ധം വരു ത്തിവെച്ച നാശനഷ്ടങ്ങൾ അളവറ്റതായിരുന്നു. എത്രയോ പേ

ർ മരിച്ചു. എത്രയോ പേർ അംഗഭംഗം വന്നവരായി. കലിംഗ. ഒരു ചോരപ്പുഴയായി. ശവക്കൂനകൊണ്ടു യുദ്ധക്കളം നിറഞ്ഞു കരള ലയിപ്പിക്കുന്നതായിരുന്നു ആ രംഗം.

സമയം സന്ധ്യയോടടുത്തു. സൂര്യൻ പടിഞ്ഞാറ് അസ്തമി ക്കുന്നു. ചക്രവാളം ചോരയിൽ കുതിർന്ന വസ്ത്രമണിഞ്ഞതു പോലായിരിക്കുന്നു. കാകനും കഴുകനും ആ യുദ്ധ ഭൂമിയിൽന ിന്നു മനുഷ്യമാംസം കൊത്തിവലിക്കുന്നു. ഇങ്ങനെയുള്ള പടക്ക ളത്തിലെ മറ്റൊരു കാഴ്ചയിലേക്ക് കവി നമ്മെ കൂട്ടിക്കൊണ്ടു പോകുന്നു. അനേകായിരം മനുഷ്യശവങ്ങളുടെ ഇടയിൽ ഒരു സുന്ദരിയായ സ്ത്രീ ചെമ്പരത്തിപ്പൂമാല പോ ലുള്ള ഒരു മ നുഷ്യന്റെ മുഖം ചുംബനങ്ങൾകൊണ്ടു മൂടുന്നു. എന്തൊരു ഭീക രമായ ദൃശ്യം. സന്ധ്യാവെളിച്ചം ആകാശം മുഴുക്കെ പടരുകയും ക്രമേണ ഇരുണ്ട നിഴലുകളായി അവസാനിക്കുകയും ചെയ്യുന്നു. ഈ സമയത്ത് ഈ ഭീകരമായ യുദ്ധക്കളത്തിലേക്ക് ഓടിച്ചെന്നു മരണത്തെ ചുംബിക്കുന്ന ആ സ്ത്രീ ആരായിരിക്കും! അറിയാൻ നിങ്ങൾക്കും താല്പര്യമില്ലേ? മുത്തശ്ശൻ ചോദിച്ചു. 'ഉണ്ട്. ഉണ്ട് വേഗം പറയൂ മുത്തശ്ശാ!' കുട്ടികൾ എല്ലാവരും ഒരേ ശ്വാസത്തിൽ വിളിച്ചു പറഞ്ഞു.

'ശരിയാണ് എല്ലാവർക്കും ആഗ്രഹമുണ്ടായിരിക്കും. മുത്തശ്ശൻ തുടർന്നു. 'കവിയുടെ ഭാഷയിൽ, പ്രകൃതിപോലും ആരെന്നറി യാൻ ആഗ്രഹിക്കുന്നു. നാലഞ്ചു കരിമേഘലക്ഷണങ്ങൾ ആകാ ശത്തിന്റെ ജാലകപ്പൊളിനീക്കി അത്ഭുതത്തോടെ ആ രംഗത്തേക്ക് കണ്ണുകൾ പായിക്കുന്നു. അതോടൊപ്പം മറ്റൊരു കാഴ്ചയും ന മ്മെ കാട്ടിത്തരുന്നു.

ആ യുദ്ധക്കളത്തിലേക്ക് വിടർന്ന ചിരിയോടെ ഒരാൾ എത്തി ച്ചേരുന്നു. ആരായിരിക്കും അയാൾ. നിങ്ങൾക്ക് ഊഹിക്കാവുന്ന തേയുള്ളൂ

'അശോകചക്രവർത്തിയല്ലേ, മുത്തശ്ശാ' കുട്ടികൾ ചോദിച്ചു. അതെ, അശോക ചക്രവർത്തിതന്നെ. ചക്രവർത്തിയുടെ അപ്പോ ഴത്തെ മനോഭാവമെന്തെന്നോ? തന്റെ വളരെക്കാലത്തെ ഒരു സ്വ പ്നമാണ് യാഥാർത്ഥ്യമായിരിക്കുന്നത്. കലിംഗം കീഴടക്കുക എന്നത് അച്ഛന്റെ കാലത്തും, പിതമഹന്റെ കാലത്തും സാധിക്കാ ത്തതാണ്. ആ കാര്യമാണ് തനിക്ക് സാധിച്ചിരിക്കുന്നത്. ചക്രവ ർത്തിയുടെ അഭിമാനത്തിന്റെ നിമിഷം. ചക്രവർത്തി വിജയത്തിന്റെ ഏടുകൾ മറിച്ചിടാൻ ആ യുദ്ധക്കളത്തിലേക്കു എത്തുകയാണ്.

എത്രയോ പേരുടെ ജീവൻ ഈ യുദ്ധത്തിൽ കുരുതി കൊടുത്തു എന്നതു ശരിതന്നനെ. എന്നാലും ശത്രുവിനെ കീഴടക്കിയില്ലേ? ഈ ചിന്ത ചക്രവർത്തിയുടെ മനസ്സിനെ കുളിരണിയിച്ചു.

ഇങ്ങിനെ സന്തോഷം കൊണ്ടു മതിമറന്നുനില്ക്കുന്ന ആ നിമിഷത്തിൽ തന്റെ ഓമനപുത്രി ചോര ഇറ്റിറ്റുവീഴുന്ന മനുഷ്യ ശിരസ്സിനെ ചുംബിച്ചുകൊണ്ട് നില്ക്കുന്ന കാഴ്ചയാണ് ചക്ര വർത്തിയുടെ ദൃഷ്ടിയിൽ പെട്ടത്. ചക്രവർത്തി അത്ഭുതപ്പെട്ടു. സ്നേഹവത്സലനായ അച്ഛൻ മകളോട് ചോദിച്ചു. ‘‘മകളേ, യുദ്ധവിജയത്തിന്റെ വീണമീട്ടേണ്ടുന്ന ഈ സമയത്ത് ഈ ശവ ക്കോട്ടയിൽ നിന്നെ കാണേണ്ടിവന്നതു എന്തുകൊണ്ടാണ്? താൻ ഏറ്റവും സ്നേഹിക്കുന്ന അച്ഛന്റെ ഇ ചോദ്യം കേട്ടപ്പോൾ ശരീ രമാകെ ഒരു മിന്നൽപിണർ വ്യാപിച്ചതുപോലെ അവൾക്കു തോന്നി.

അവൾ ചോദിച്ചു. ‘ജയമോ? എന്തുജയം? കഷ്ടംതന്നെ! ഈ ചോരക്കടലിലൂടെ അച്ഛന്റെ ജയസങ്കല്പങ്ങളുടെ കപ്പലോടിക്കു കയാണോ? അങ്ങയുടെ സ്വപ്നത്തിന്റെ ഗോപുരമുറപ്പിക്കാൻ വേണ്ടി എന്റെ പ്രാ ണനാഥൻ ജീവൻ കൊടുത്തിരിക്കുന്നു. എന്റെ ജീവൻ കൂടി ഇവിടെ അവസാനിക്കട്ടെ. അവിടുന്ന് സ്വന്തം വാ ളുകൊണ്ടു ആ കൃത്യം നി ർവഹിച്ചാലും.

മകളുടെ ദീനമായ ഈ മൊഴികൾ കേട്ടതോടെ ചക്രവർത്തി ഞെട്ടിപ്പോയി. കണ്ണുകളിൽ ഇരുട്ട് വ്യാപിച്ചു മനസ്സിൽ നിന്നും ചിലചോദ്യങ്ങൾ ഉയർന്നു പോങ്ങി.

‘എന്തിനാണ് ഈ ജനങ്ങളുടെ ജീവനാളങ്ങൾ ഊതികെടു ത്തിയത്? എന്തിനായിരുന്നു ഈ യുദ്ധം? ഈരാജ്യമെന്തിന്? ഞാനൊരാളല്ലേ ഇതിനൊക്കെ കാരണം?’’

ചക്രവർത്തിയുടെ ചിന്തകൾക്ക് തീ പിടിച്ചു. അദ്ദേഹം തന്റെ വാൾ ദൂരേക്ക് വലിച്ചെറിഞ്ഞു. ഉടനെ കണ്ണുകളിൽ ഒരു പുതിയ പ്രകാശം പരന്നു. ചക്രവർത്തി. മകളോടു സാനുകമ്പം പറഞ്ഞു.

‘‘മകളേ, ക്ഷമിക്കൂ, ഞാനാണ് കുറ്റക്കാരൻ’

കണ്ണുകളിൽ നിന്നും അടർന്നുവീഴുന്ന കണ്ണുനീർ കണങ്ങളെ തുടച്ചു മാറ്റിക്കൊണ്ടു ചക്രവർത്തി വീണ്ടും പറഞ്ഞു.

ഇനി യുദ്ധം ചെയ്യില്ല. മേലിൽ ഒരു പുൽക്കൊടിപോലും ഈ നാട്ടിൽ വേദനിക്കാൻ പാടില്ല,

ആ യുദ്ധഭൂമിയിൽ നിന്നും അശോകചക്രവർത്തി ഒരു പുതിയ ദീപശിഖയുയർത്തി. അതു സാക്ഷാൽ ശ്രീ ബുദ്ധന്റെ ചിന്തകളാകുന്ന ദീപത്തിൽ നിന്നും കൊളുത്തിയതായിരുന്നു.

മുത്തശ്ശൻ കഥ പറഞ്ഞവസാനിപ്പിച്ചു. കുട്ടികൾ വളരെ താല്പര്യപൂർവ്വം കഥ കേട്ടുകൊണ്ടിരിക്കുകയായിരുന്നു. മുത്തശ്ശൻ അനുബന്ധമായി ഇത്രയും കൂടി കൂട്ടിച്ചേർത്തു. 'ഭരണത്തിലും ജീവിതത്തിലും ഉത്തമമായ മാതൃകകാണിച്ച മഹാനായിരുന്നു അശോകചക്രവർത്തി. അതുകൊണ്ടുതന്നെ ലോകചരിത്രത്തിൽ മഹാന്മാരായ ചക്രവർത്തിമാരുടെ നിരയിൽ അദ്ദേഹം ഉന്നത സ്ഥാനത്തുതന്നെ വിരാജിക്കുന്നു. കുട്ടികളെ, ഇങ്ങനെയുള്ള ചരിത്ര പുരുഷന്മാരുടെ ജീവിതം മാതൃകയാക്കാൻ നിങ്ങൾക്കും കഴിയുമാറാകട്ടെ. മുത്തശ്ശൻ തന്റെ ആഗ്രഹം പ്രകടിപ്പിച്ചു. കുഞ്ഞുങ്ങൾ തലതാഴ്ത്തി ബഹുമാനപൂർവ്വം ആ ഉപദേശം സ്വീകരിച്ചതായി വ്യക്തമാക്കി. അവർ സന്തോഷപൂർവ്വം മുത്തശ്ശനോട് യാത്രപറഞ്ഞു.

●

വെണ്ണക്കല്ലിന്റെ കഥ

കുട്ടികൾ പതിവുപോലെ മുത്തശ്ശന്റെ അടുത്തെത്തി ചുറ്റും കൂടിനിന്നു. മുത്തശ്ശൻ എന്തോ ആലോചനയിലായിരുന്നു. എന്തായിരിക്കും. മുത്തശ്ശൻ ആലോചിക്കുന്നത്? കുട്ടികൾക്ക് പറഞ്ഞു കൊടുക്കേണ്ടുന്ന കഥയെപ്പറ്റിത്തന്നെയായിരിക്കുമോ? കുട്ടികൾ ചുറ്റും നിന്ന് അടക്കിപ്പിടിച്ച് സംസാരിക്കുന്നതു കേട്ടുകൊണ്ടു മുത്തശ്ശൻ ചിന്തയിൽനിന്നും ഉണർന്നു. ശരി, നിങ്ങൾ കുറേ നേരമായോ വന്നിട്ട്? മുത്തശ്ശൻ ചോദിച്ചു.

ഇല്ല മുത്തശ്ശാ, ഞങ്ങൾ ഇപ്പോൾ വന്നതേയുള്ളൂ. മുത്തശ്ശൻ എന്താണ് ആലോചിച്ചുകൊണ്ടിരുന്നത്?

ഞാൻ എന്ത് ആലോചിക്കാൻ? ആലോചിച്ചതു നിങ്ങളപ്പറ്റിത്തന്നെ.. നിങ്ങളുടെ, കഥ കേൾക്കാനുള്ള ഉത്സാഹവും സന്തോഷവും കാണുമ്പോൾ ഞാൻ എന്നെത്തന്നെ മറക്കുന്നു" അങ്ങിനെ കുട്ടികളും മുത്തശ്ശനും തമ്മിൽ നല്ല ഹൃദയൈക്യം സ്ഥാപിച്ചിരിക്കുന്നു.

മുത്തശ്ശൻ കഥ പറയാനുള്ള പുറപ്പാടിലാണ്. 'മക്കളെ, ഇന്ന്

പറയുന്ന കഥ വെണ്ണക്കല്ലിന്റെ കഥയാണ്. വെണ്ണക്കല്ലിന്നും കഥയോ? കുട്ടികൾക്ക് സംശയം.

മുത്തശ്ശൻ പറഞ്ഞു. ഈ പ്രപഞ്ചത്തിലുള്ള എല്ലാറ്റിനും കഥയുണ്ട്.മണൽത്തരിക്കുപോലും കഥയുണ്ട്. പിന്നെ എന്താ വേണ്ടത്? നമുക്ക് ഇപ്പോൾ വെണ്ണക്കല്ലിന്റെ കഥയെന്താണെന്ന് നോക്കാം. ഈ കഥയുൾക്കൊള്ളുന്ന കവിത എഴുതിയിട്ടുള്ളത് അക്കിത്തമാണ്. കേട്ടിട്ടുണ്ടോ നിങ്ങൾ അക്കിത്തത്തിനെ? ഓ. കേട്ടിട്ടുണ്ട്. സുശോഭാണ് അതു പറഞ്ഞത്. സഹീറിന്നറിയാമോ? അതെ. ഞങ്ങൾ പഠിക്കുന്ന മലയാളം പുസ്തകത്തിലുണ്ട്. 'അക്കിത്തത്തിന്റെ ഏതു കവിതയാണ്? അരിപ്രാവിനോട് എന്ന കവിത. സുശോഭും സഹീറും ചേർന്നുപറഞ്ഞു. അപ്പോൾ അക്കിത്തം കുട്ടികളുടെയും മുതിർന്നവരുടെയും കവിയാണ്. രസകരമായ അനേകം കുട്ടിക്കവിതകളും അദ്ദേഹം എഴുതിയിട്ടുണ്ട്. നാലുവരി ചൊല്ലികേൾപ്പിക്കാം. പൂശാരി രാമനെപ്പറ്റിയുള്ളതാണ് കവിത.

കാശിക്കു പോയൊരു പൂശാരി രാമനെ
കാശിയിലെങ്ങും കണ്ടില്ലാ.

പോയവഴിയിലും കണ്ടില്ല, ഞങ്ങൾ
പോണ വഴിയിലും കണ്ടില്ല.

എങ്ങിനെയുണ്ട്? നല്ല രസമുണ്ട് എന്ന് കുട്ടികൾ. കഥയിലേക്ക് കടക്കുന്നതിനുമുമ്പ് ഒന്നു രണ്ടു കാര്യങ്ങൾക്കൂടി അക്കിത്തത്തിനെപ്പറ്റി പറയാം. എല്ലാം നിങ്ങൾ അറിഞ്ഞിരിക്കേണ്ടതുതന്നെ. അക്കിത്തം അച്യുതൻ നമ്പൂതിരി പാലക്കാട് ജില്ലയിലെ കുമാരനല്ലൂരിൽ ജനിച്ചു. അനേകം കൃതികൾ എഴുതി. മുഖ്യമായവ ഇരുപതാം നൂറ്റാണ്ടിന്റെ ഇതിഹാസം. ബലിദർശനം, ഇടിഞ്ഞുപൊളിഞ്ഞ ലോകം, അമൃതഘടിക, ആലത്താട്ടമ്മ, വെണ്ണക്കല്ലിന്റെ കഥ, ശ്രീമദ് ഭാഗവതം പരിഭാഷ തുടങ്ങിയവ. മഹാകവി അക്കിത്തത്തിന് നിരവധി അവാർഡുകളും പുരസ്ക്കാരങ്ങളും ലഭിച്ചിട്ടുണ്ട്. പത്മശ്രീ, കേന്ദ്ര കേരള സാഹിത്യ അക്കാദമി അവാർഡുകൾ, ഉള്ളൂർ അവാർഡ്, വള്ളത്തോൾ പുരസ്കാരം, ആശാൻ പുരസ്കാരം എന്നിവ അവയിൽ ചിലതു മാത്രം. അക്കിത്തം സാഹിത്യ പ്രവർത്തനങ്ങളിൽ മുഴുകി ഇന്നും നമ്മോടൊപ്പമുണ്ട്.

ഇനി നമുക്ക് വെണ്ണക്കല്ലിന്റെ കഥ എന്താണെന്ന് നോക്കാം. വെണ്ണക്കല്ല് എന്താണെന്ന് നിങ്ങൾക്കറിയാമല്ലോ? ഇപ്പോൾ വീടു

കളുടെയും മറ്റു കെട്ടിടങ്ങളുടെയും നിലത്ത് പതിക്കുന്നതിന് ധാരാളമായിട്ടു ഉപയോഗിച്ചുവരുന്നതു നിങ്ങൾ കണ്ടിരിക്കും. താജ്മഹലിനെപ്പറ്റി നിങ്ങൾ കേട്ടിട്ടില്ലേ! ഉണ്ട്. കുട്ടികൾ ഒപ്പം പറഞ്ഞു. നല്ല ഭംഗിയുള്ള വെണ്ണക്കല്ലുകൊണ്ട് നിർമ്മിച്ച ഒരു സ്മാരക ശില്പമാണത്. ഷാജഹാൻ ചക്രവർത്തി പത്നി മുംതാസിന്റെ ഓർമ്മക്ക് വേണ്ടി പണികഴിപ്പിച്ച കെട്ടിടം. വെണ്ണക്കല്ലിനെ നാം മാർബിൾ എന്നും പറയുന്നു. മാർബിൾ എന്നതു ഇംഗ്ലീഷ് വാക്കാണെന്ന് നിങ്ങൾക്കറിയാമല്ലോ. ശരി. ഇനി നമുക്ക് നേരെ കഥയിലേക്ക് തന്നെ വരാം. മഹാകവി അക്കിത്തത്തിന്റെ കവിതയിൽ തുളുമ്പി നില്ക്കുന്ന കഥാഭാഗം ശ്രദ്ധിക്കുക.

'പണ്ട് ഏതോ വിദൂരത്തുള്ള ഒരു ഗ്രാമത്തിൽ ഒരു പാട്ടുകാരൻ ജനിച്ചുവത്രെ. അയാൾ കണ്ഠം തുറന്നു പാടിയാൽ കല്ലിനു പോലും കണ്ണീർപൊടിയുമായിരുന്നു. പാട്ടുകാരൻ യുവാവായതോടെ വിവാഹിതനായി. സുന്ദരിയും സുശീലയുമായിരുന്ന ഭാര്യ. അവർ പാവപ്പെട്ടവരായിരുന്നു. അല്ലലും അലട്ടുമില്ലാതെ ഉള്ളതുകൊണ്ട് ഓണം പോലെ എന്നനിലയിൽ ജീവിച്ചു.

അങ്ങിനെയിരിക്കെ പെട്ടെന്ന് ഒരു ദിവസം പാട്ടുകാരന് രാജാവിന്റെ നിന്നും ഒരു കല്പന ലഭിച്ചു. 'നാളെ മുതൽ നീ എന്റെ കൊട്ടാരത്തിലെ ആസ്ഥാനഗായകനാണ്. നിന്റെ പാട്ടുകൊണ്ട് കൊട്ടാരത്തിന് ഉന്മേഷം പകരണം. രാജാവിന്റെ കല്പനയല്ലേ? അനുസരിക്കാതിരിക്കാൻ പറ്റില്ലല്ലോ. അവൻ പിറ്റേദിവസം തന്നെ, പ്രഭാതത്തിൽ കൊട്ടാരത്തിലേക്ക് പുറപ്പെട്ടു. യാത്രാവേളയിൽ അവൻ ഇടയ്ക്കൊന്ന് തിരിഞ്ഞുനോക്കി. വാതിലിനടുത്ത് തളർന്നു നിൽക്കുന്ന പ്രിയതമയെ അവൻ കണ്ടു അവളുടെ കണ്ണുകൾ വജ്രക്കല്ലുപോലെ തിളങ്ങുന്നുണ്ടായിരുന്നു. നിസ്സഹായതയുടെ നിമിഷങ്ങൾ- അവൻ മുന്നോട്ടുതന്നെ നടന്നു.

രാജാവിന്റെ കൊട്ടാരത്തിൽ എല്ലാവർക്കും പ്രിയങ്കരനായി ആ ഗായകൻ കാലം കഴിച്ചു. രാജാവിനെ സംബന്ധിച്ചിടത്തോളം ആസ്ഥാനഗായകൻ തന്റെ പൊൻകിരീടത്തിൽ അണിയിച്ച മുത്തായിരുന്നു. പടം വിടർത്തിയാടുന്ന സർപ്പങ്ങൾ പോലെ ആടിത്തിമിർക്കുന്ന കൊട്ടാരനർത്തകിമാരുടെ കണ്ണുകൾ തന്റെ ആത്മാവിൽ പോറലുകൾ ഏല്പിച്ചുകൊണ്ടിരിക്കേ, ഗായകന് മനസ്സിനെ അടക്കി നിർത്താൻ കഴിയാതെവന്നു. അയാൾ നൃത്തമാടിക്കൊണ്ടിരിക്കുന്ന നർത്തകിമാരുടെ ചിലമ്പുകളുടെ താളത്തിനനുസരിച്ച് ആരാലും കീഴടക്കാൻ കഴിയാത്ത വിധം പാടിത്തിമർക്കുകയായിരുന്നു. പെട്ടെന്ന് അയാളുടെ ചുണ്ടുകൾ വരണ്ടു

പാട്ടുനിലച്ചു. സഭാതലം ഞെട്ടിവിറച്ചു. അപ്പോൾ ഗായകൻ പാടുന്നതിനുപകരം ചിരിക്കാൻ തുടങ്ങി, നീണ്ടുനില്ക്കുന്ന ചിരി. അവസാനിക്കാത്ത ചിരി. അങ്ങിനെ ചിരിച്ച് ചിരിച്ച് മണ്ണിൽ ബോധമില്ലാതെ തളർന്നു വീണു. ആ കണ്ണുകളിൽ നിന്ന് കണ്ണുനീരൊഴുകാൻ തുടങ്ങി.

കാലം മുന്നോട്ടു നീങ്ങി. യാമങ്ങളും നാളുകളും മാസങ്ങളും വർഷങ്ങളും ആ ഗായകനെ കവച്ച് ചാടി കടന്നുപോയി. രാജസദസ്സും നർത്തകിമാരുമെല്ലാം മൺമറഞ്ഞു. രാജാവും നാടുനീങ്ങി. ഗായകനാവട്ടെ ആ കിടന്ന കിടപ്പിൽ നിന്ന് പിന്നീട് ഒരിക്കലും എഴുന്നേറ്റില്ല. കൊട്ടാരം നശിച്ചു മണ്ണടിഞ്ഞു. പാട്ടുകാരനും മണ്ണോടുമണ്ണുചേർന്നു കഴിഞ്ഞു. എന്നാൽ അയാളുടെ കണ്ണുനീർത്തുള്ളികൾ കാലത്തിന്റെ മാറ്റത്തിൽ തണുത്തുറഞ്ഞ് കല്ലിന്റെ രൂപം പ്രാപിച്ചു. മാത്രമല്ല കല്ലുവളരാനും തുടങ്ങി. വളർന്ന് വളർന്ന് രാജ്യമെമ്പാടും വ്യാപിച്ചു ഇതിനെയാണു നാം വെണ്ണക്കല്ലെന്ന് വിളിക്കുന്നത്.

പിന്നീട് അധികാരം കൈയാളിയ രാജാക്കന്മാർ ദുഃഖകരമായ ഈ സംഭവമൊന്നുമറിയാതെ വെണ്ണക്കല്ലുകൾ വെട്ടിയെടുത്ത് മനോഹരമായ കൊട്ടാരങ്ങൾ നിർമ്മിച്ചു. ഈ കൊട്ടാരങ്ങളിൽ വീണ്ടും നർത്തകിമാർ ആടിത്തിമർത്തു. എന്നാൽ കാലാകാലമായി വെണ്ണക്കല്ലു ഉപയോഗിച്ചുപോന്നിട്ടു കല്ലിന് യാതൊരു കുറവുമുണ്ടായില്ല. മാത്രമല്ല അതു അനുദിനം വളർന്നുകൊണ്ടിരിക്കുകയും ചെയ്യുന്നു.

അക്കിത്തമെഴുതിയ 'വെണ്ണക്കല്ലിന്റെ കഥ' എന്ന കവിതയിലെ കഥാസാരം നിങ്ങൾ കേട്ടുവല്ലോ? എന്തു തോന്നുന്നു? ഈ കഥ നിങ്ങൾക്ക് വിശ്വസിക്കാൻ കഴിഞ്ഞുവോ?

ഈ ചോദ്യം കുട്ടികളുടെ യുക്തിബോധം അളക്കുന്നതിനു വേണ്ടി മുത്തശ്ശൻ ചോദിച്ചതാണ്. പാവം കുഞ്ഞുങ്ങൾ. അവർക്ക് അത്രയൊന്നും ഉയർന്നു ചിന്തിക്കാൻ കഴിഞ്ഞെന്ന് വരില്ല. എങ്കിലും അവർ ചില സംശയങ്ങൾ ചോദിച്ചു. മുത്തശ്ശാ! കണ്ണുനീർ വെണ്ണക്കല്ലാകുമോ? കല്ല് വളരുമോ?

നല്ല ചോദ്യം മുത്തശ്ശന് ഹരമായി. ശരിയാ മക്കളേ, ഇതൊക്കെ യഥാർത്ഥത്തിൽ സംഭവിക്കുന്നതല്ല. കവികളുടെ ഭാവനാവിലാസമാണ്. കവികൾ ആലങ്കാരികമായി പറയുന്നവ. ഐതിഹ്യങ്ങളുടെ പിൻബലവും ഇതിനുണ്ടാവാം. എന്നാൽ മഹാകവി ഈ കവിതയിലൂടെ ഒരു ലോകതത്വം നമ്മെ ബോദ്ധ്യപ്പെടുത്തുന്നു.

പാവപ്പെട്ടവരുടെ ആത്മാവിൽ കൊരുത്തെടുത്തതാണ് രാജാക്കന്മാരും തമ്പുരാക്കന്മാരും മേലാളന്മാരും നേടിയ നേട്ടങ്ങളെല്ലാം.

ഇതേവരെ കേട്ടകഥകളിൽ നിന്ന് വ്യത്യസ്തത പുലർത്തുന്ന ഈ കഥ കുട്ടികൾക്ക് വേറിട്ട ഒരനുഭവമായിത്തീർന്നതിൽ മുത്തശ്ശൻ ഏറെ സന്തോഷിച്ചു.

●

അമ്മ

കുട്ടികളെ പ്രതീക്ഷിച്ചു മുത്തശ്ശൻ സന്തോഷത്തോടെ ചാരുകസേരയിൽ വിശ്രമം കൊള്ളുകയാണ്. ഏറെ കാത്തിരിക്കേണ്ടിവന്നില്ല. ആ കുസൃതിക്കുടുക്കകളെല്ലാം ചാടി ത്തുള്ളി മുത്തശ്ശന്റെ സമീപമെത്തിക്കഴിഞ്ഞു. ഇനിയുള്ള സമയം മുത്തശ്ശന് നിർവൃതിയുടെ നിമിഷങ്ങളാണ്. കഥപറഞ്ഞു തീരുന്നതുവരെ മുത്തശ്ശൻ വ്യത്യസ്തമായ ലോകത്തിലായിരിക്കും.

മുത്തശ്ശൻ കുഞ്ഞുങ്ങളെ സന്തോഷപൂർവ്വം വരവേറ്റു. മുത്തശ്ശൻ കഥ പറയാനും കുട്ടികൾ അതു കേൾക്കാനും തിടുക്കം കാട്ടി.

കുട്ടികളെ, ഇന്നലെ നാം മഹാകവി അക്കിത്തം അച്യുതൻ നമ്പൂതിരിയുടെ 'വെണ്ണക്കല്ലിന്റെ കഥ'' എന്ന മനോഹരമായ കവിതയിലെ കഥയാണല്ലോ പറഞ്ഞിരുന്നത്. ഇന്ന് അതേ പോലെതന്നെ അതിപ്രശസ്തമായ മറ്റൊരു കവിയുടെ സുന്ദരമായ ഒരു കവിതയിലെ ഹൃദയസ്പർശിയായ കഥയാണ് മുത്തശ്ശൻ പറയാൻ പോകുന്നത്. കവി ആരാണെന്നല്ലേ! ഒ.എൻ.വി. കുറുപ്പ്. ഒ.എൻ.വിയെപ്പറ്റി കേൾക്കാത്തവർ ആരെങ്കിലുമുണ്ടോ? 'ഇല്ല, ഇല്ല' കുഞ്ഞുങ്ങൾ ആവേശപൂർവ്വം പറഞ്ഞു. അവർക്കെല്ലാം

ഒ.എൻ.വിയെ അറിയാം.

അദ്ദേഹത്തിന്റെ കവിതയിലെ ഏതെങ്കിലും വരികൾ ചൊല്ലാൻ കഴിയുമോ? മുത്തശ്ശന്റെ ഈ ചോദ്യം കേട്ടമാത്രയിൽതന്നെ കുട്ടികളുടെ ചുണ്ടുകൾ ചലിക്കാൻ തുടങ്ങി. അവർ ഒ.എൻ.വിയുടെ വരികൾ ചൊല്ലുകയാണ്. ശരി. എല്ലാവർക്കും അറിയാം. എന്നാൽ എല്ലാവരും ഒന്നിച്ചു ഒന്നു പാടി നോക്കൂ. മുത്തശ്ശൻ അവരെ പ്രോത്സാഹിപ്പിച്ചു

കുട്ടികൾ പാടി

'ഒരു വട്ടം കൂടിയെന്നോർമ്മകൾ മേയുന്ന

തിരുമുറ്റത്തെത്തുവാൻ മോഹം' എന്ന വരികൾ മുഴങ്ങിക്കേൾക്കാൻ തുടങ്ങി. മുത്തശ്ശന് സന്തോഷമായി. മലയാളികൾ സ്വന്തം ഹൃദയത്തിലേക്ക് ഏറ്റുവാങ്ങിയ ഒരു കവിയാണ് ഒ.എൻ.വി. കൂടുതൽ പരിചയപ്പെടുത്തുന്നില്ല. എങ്കിലും ഒന്നു രണ്ടുകാര്യങ്ങൾ മാത്രം നിങ്ങളുടെ ശ്രദ്ധയിൽപെടുത്താം. ഒ.എൻ. വി ജ്ഞാനപീഠ പുരസ്കാരം നേടിയ അഞ്ചാമത്തെ മലയാളസാഹിത്യകാരനാണ്. ഇതിനു പുറമെ നിരവധി പുരസ്ക്കാരങ്ങൾ കരസ്ഥമാക്കി. കേന്ദ്ര കേരള സാഹിത്യഅക്കാദമി അവാർഡുകൾ, വയലാർഅവാർഡ്, എഴുത്തച്ഛൻ പുരസ്കാരം, ഭാരതീയ ഭാഷാപരിഷത്ത് പുരസ്കാരം, ആശാൻ പ്രൈസ്, വള്ളത്തോൾ അവാർഡ്, ഉള്ളൂർ അവാർഡ് കേരള സാഹിത്യപരിഷത്ത് അവാർഡ് തുടങ്ങിയ നിരവധി പുരസ്കാരങ്ങൾ ഒ.എൻ.വിയെ തേടിയെത്തി. അദ്ദേഹത്തിന്റെ പ്രശസ്തിയാർജ്ജിച്ച ചില കൃതികളുടെ പേരും മുത്തശ്ശൻ പറയാം. ഭൂമിക്ക് ഒരു ചരമഗീതം, ഗാനമാല, മയിൽപ്പീലി, ഉപ്പ്, മൃഗയ, അപരാഹ്നം, ഉജ്ജയിനി തുടങ്ങിയവ, ആയിരത്തിൽപരം സിനിമാഗാനങ്ങളെഴുതി. ഗാനരചനയ്ക്ക് പലതവണ സംസ്ഥാന അവാർഡും ഒരു തവണ ദേശീയ അവാർഡും ലഭിച്ചു.

ഇത്രമാത്രം പേരും പെരുമയും സമ്പാദിച്ച മഹാകവി ഒ.എൻ. വിയുടെ 'മൃഗയ' എന്ന കവിതാസമാഹാരത്തിലെ അമ്മ എന്ന കവിതയിലെ കരളലിയിക്കുന്ന കഥയാണ് മുത്തശ്ശൻ നിങ്ങൾക്കായി കണ്ടുവെച്ചത്. നാടൻ പാട്ടിന്റെ രീതിയിൽ എഴുതിയിട്ടുള്ള ഒരു നാടൻ കവിതയാണ് അമ്മ. അതിലടങ്ങിയിട്ടുള്ള കഥക്ക് എന്തെന്നില്ലാത്ത വശ്യതയും ചാരുതയുമുണ്ട്.

നാട്ടുനടപ്പായി ആചരിച്ചു വരുന്ന ചില കീഴ് വഴക്കങ്ങൾ ചില പ്രദേശങ്ങളിൽ പണ്ടുതന്നെ ഉണ്ടായിരുന്നു. അത് മനുഷ്യന്റെ

വിശ്വാസവുമായി ബന്ധപ്പെട്ടു നിൽക്കുന്നു. നമ്മുടെ കേരളത്തിൽ കുട്ടനാടൻ പാടശേഖരങ്ങളിൽ മടവീഴച്‌യുണ്ടായാൽ വരമ്പു വീണ്ടുമുറക്കണമെങ്കിൽ കർഷകത്തൊഴിലാളികളിൽ ഒരാളെ ബലിയർപ്പിക്കുന്ന പതിവുണ്ടായിരുന്നു. ഇതേപോലെത്തന്നെ പാലമുറക്കുന്നതിനും ഭിത്തിയുറക്കുന്നതിനും പണിചെയ്യുന്നവ രിൽ ഒരാൾ ബലിയർപ്പിക്കപ്പെടുമായിരുന്നു. ഇത്തരം സംഭവങ്ങൾ നാടൻപാട്ടിന്റെ രൂപത്തിൽ നാട്ടിൽ പ്രചരിക്കുകയും ചെയ്തി രുന്നു. ഇതേ പോലുള്ള ഒരു കഥ ഒ.എൻ.വി തന്റെ വിദേശയാത്രാ വേളയിൽ കേൾക്കാനിടയായി. കവിയുടെ മനസ്സിൽ പതിഞ്ഞ ആ ദയനീയ കഥ നമ്മുടെ മണ്ണിന്റെ ചൂടും ചൂരും ചേർത്ത് ഒരു കവിതയിലൂടെ അവതരിപ്പിക്കുകയാണ്. അമ്മ എന്ന ആ കവി തയിലെ കഥ മുത്തശ്ശൻ പറയാം കേട്ടോളൂ.

കൽപ്പണിക്കാരായ ഒമ്പതു പേർ. അവർ ഒരമ്മയുടെ മക്കളാ യിരുന്നു. അവർ ഭാര്യമാരോടൊപ്പം ഒന്നിച്ചു ഒരേ വീട്ടിൽ താമ സിച്ചു. അവർ ഒരേ അടുപ്പിൽ നിന്ന് ഭക്ഷണം പാകം ചെയ്തു. ഒരേ കിണറ്റിൽ നിന്ന് വെള്ളമെടുത്തു. കുടിക്കാനും കുളിക്കാ നും അതേ കിണറ്റിലെ വെള്ളം തന്നെ. അവർക്ക് കിടന്നുറങ്ങാൻ മാത്രം വെവ്വേറെ മുറികൾ. എന്തൊരു യോജിപ്പായിരുന്ന ആ ഏകോദര സഹോദരങ്ങൾക്ക്! കൽപ്പണിയിൽ എന്തൊരു മിക വായിരുന്നു. അവർ ഉളി ഉപയോഗിച്ച് കല്ലുകൾ ചെത്തിപ്പണിയു ന്നതുകാണ്ടാൽ ആരും നോക്കിനിന്നുപോകും. ആരും അവരെ പുകഴ്ത്താതിരിക്കില്ല. അത്രമാത്രം കരവിരുതായിരുന്നു ഒമ്പതു പേർക്കും. കോട്ടമതതിലും കൊട്ടാരവും കോവിലും കൂത്തമ്പല വുമമെല്ലാം അവരുടെ കൈകൾ കൊണ്ട് നിർമ്മിച്ചു. അതിന്റെ ഭംഗിയും ഉറപ്പും പറഞ്ഞറിയിക്കാനാവില്ല. ഒമ്പതു കല്ലുകളോ ടൊപ്പം മറ്റൊരു ഒമ്പതുകല്ലുകൾ കൂട്ടി ചേർത്തുണ്ടാക്കിയ മനേ ാഹരമായ ശില്പം പോലെ ഒമ്പതു കല്പണിക്കാർ അവരുടെ ഒമ്പതു ഭാര്യമാരോടൊപ്പം ഐക്യത്തോടെ കഴിഞ്ഞുവന്നു.

അങ്ങനെയിരിക്കെ അവർ ഒമ്പതു പേരും ചേർന്ന് കോട്ടയ്ക്ക് മുന്നിൽ ഒരു ഗോപുരം പണിയുവാൻ തുടങ്ങി. ഗോപുരത്തിന്റെ പണി വളരെ ഉത്സാഹത്തോടും ആവേശത്തോടും കൂടി തുടർന്നു കല്ലുളികൊണ്ടു കല്ലുകൾ ചെത്തി രൂപഭംഗി വരുത്തി കെട്ടിപ്പടു ത്തുകൊണ്ടിരുന്നു. എന്തുകൊണ്ടോ പതിവിൽനിന്നും വിപരീത മായി ഭിത്തിയിൽ കല്ലുകൾ ഉറയ്ക്കുന്നില്ല. എന്താണ് പറ്റിയത്? അവർ ആലോചിച്ചു. കല്ലുകൾ തിരിച്ചും മറിച്ചും മാറ്റിയും നോക്കി. മണ്ണു കുഴിച്ചതിൽ എന്തെങ്കിലും പിഴവ് വന്നിട്ടുണ്ടോ എന്ന് പ

രിശോധിച്ചുനോക്കി. അവർക്കറിയാവുന്ന എല്ലാ വിദ്യകളും പ്രയോഗിച്ചുനോക്കി. എന്തുചെയ്തിട്ടും. ഫലമില്ല. ഭിത്തിയിൽ കല്ലുകൾ ഉറയ്ക്കുന്നില്ല. ഇനി എന്തുചെയ്യും. അവർ പരസ്പരം നോക്കി. ഒരു വഴിയും കാണുന്നില്ല. അപ്പോൾ ഒരരുളപ്പാടുണ്ടായി. കല്പന പുറപ്പെടുവിക്കേണ്ടവരുടെ നാവിൽ നിന്നും അതുയർന്നു. "ഒമ്പതു കല്പണിക്കാർക്ക് ഒമ്പതു ഭാര്യമാരുണ്ടല്ലോ. അവരിൽ ആരെങ്കിലും ഒരാളെ ചേർത്ത് മതിൽ പണിയുക. എന്നാൽ മതിൽ മണ്ണിലുറച്ചു നില്ക്കും ലോകമുള്ളേടത്തോളം ഗോപുരം നില നിൽക്കും.

കല്പണിക്കാരുടെ പ്രിയതമമാരിൽ ആരെയാണ് ബലിക്കായി തെരഞ്ഞെടുക്കുക? ഈ ചിന്ത അവർ ഓരോരുത്തരുടെയും മനസ്സിൽ കനൽ കോരിയിട്ടു. അപ്പോൾ സഹോദരന്മാരിൽ ഏറ്റവും മൂത്തയാൾ ചങ്കുറപ്പോടെ ഇങ്ങനെ പറഞ്ഞു. 'ഇന്ന് ഉച്ചയ്ക്ക് കഞ്ഞിയും കൊണ്ടുവരുന്നവൾ ആരായാലും അവളെ ചേർത്ത് മതിൽ കെട്ടാം. അവളായിരിക്കും നമ്മുടെ മാനം കാക്കുന്നവൾ.'

ഒരേ മനസ്സും ഒമ്പതു ശരീരവുമായി കഴിഞ്ഞ ഒമ്പതു കല്പണിക്കാരുടെയും മനസ്സു ആശങ്ക നിറഞ്ഞതായി. അവർ എല്ലാവരും അവരവരുടെ ഭാര്യമാരുടെ മുഖം മാത്രം മനസ്സിൽ കണ്ടു. ശുഭകരമല്ലാത്ത ചിന്തകൾ അവരുടെ മനസ്സിൽ ഇടം തേടി. എങ്കിലും അവർ അവരുടെ ജോലി തുടർന്നു. പരസ്പരം മിണ്ടാട്ടമില്ല. എങ്ങോട്ടോ അവരുടെ കണ്ണുകൾ പായുന്നു. മനസ്സു തളരുന്നു.

സമയം ഉച്ചയായി. പതിവുപോലെ കല്പണിക്കാർക്കുള്ള കഞ്ഞിയുമായി അവരുടെ ഭാര്യമാരിൽ ഒരാൾ മണ്ടിക്കിതച്ചുവരുന്നു. തലയിൽ കഞ്ഞിക്കലം. അതു കൈ കൊണ്ടു മുറുക്കി പിടിച്ചിരിക്കുന്നു. മുണ്ടകപ്പാടവും പിന്നിട്ടു ചെന്തെങ്ങിൽ തോപ്പിലൂടെ വരുന്ന സ്ത്രീ ആരായിരിക്കും? ഉൽക്കണ്ഠയോടെ ഒമ്പതു കല്പണിക്കാരും ആ സ്ത്രീക്കുനേരെ കണ്ണയച്ചു. നിമിഷങ്ങൾക്കകം അവർ അവരുടെ മുമ്പിൽ പ്രത്യക്ഷപ്പെട്ടു. ആരായിരിക്കും ആ സ്ത്രീ. നിങ്ങൾക്കറിയാമോ? മുത്തശ്ശൻ കുട്ടികളോടായി ചോദിച്ചു.

ഇല്ല.ഇല്ല. മുത്തശ്ശാ. ആരായാലും അവളെ കൊല്ലില്ലേ. മണ്ണോടു ചേർക്കില്ലേ?

പറയാൻ വയ്യ മുത്തശ്ശാ! കുട്ടികളുടെ കണ്ണുകൾ നനഞ്ഞിരിക്കുന്നു. അവരുടെ മുഖത്ത് വല്ലാത്ത വിഷാദഭാവം. ഇതു കണ്ടു

മുത്തശ്ശൻ അവരെ ആശ്വസിപ്പിച്ചു. 'കുഞ്ഞുങ്ങളെ വിഷമിക്കരുത്. ഏതായാലും കഥയല്ലേ! കഥയിൽ കൂടുതൽ ചോദ്യങ്ങൾക്ക് അർത്ഥമില്ല. ഞാൻ തന്നെ പറയാം. മുത്തശ്ശൻ കഥ തുടർന്നു.

ഭർത്താവിനും സഹോദരന്മാർക്കുമുള്ള ഉച്ചക്കഞ്ഞിയുമായി ഓടിക്കിതച്ചെത്തിയ സ്നേഹവതിയായ ആ സ്ത്രീ മറ്റാരുമായിരുന്നില്ല. കല്പണിക്കാരുടെ ജ്യേഷ്ഠ സഹോദരന്റെ ഭാര്യതന്നെ. ഊഴമനുസരിച്ചു അവളായിരുന്നു കഞ്ഞിയും കൊണ്ട് വരേണ്ടവൾ. ഭാര്യയെ കണ്ടമാത്രയിൽ ജ്യേഷ്ഠ സഹോദരന്റെ മനസ്സിൽ വെള്ളിടി മുഴങ്ങി. അവളാകട്ടെ കോട്ടിയ പ്ലാവില മുന്നിൽ വെച്ചശേഷം ചട്ടികളിൽ കഞ്ഞി ഒഴിക്കാൻ തുടങ്ങി. ഒമ്പതു ചട്ടികളിലും കഞ്ഞി നിറഞ്ഞുതുളുമ്പി. കൂടെ തൊട്ടുകൂട്ടാനുള്ള കറിയും അതാതു പാത്രങ്ങളിൽ വിളമ്പി. കുഞ്ഞിനെ തോളിൽ കിടത്തി. കുഞ്ഞിന്റെ അച്ഛന്റെ അടുത്തായി അവളിരുന്നു. തന്റെ അവസാനത്തെ കഞ്ഞിയൂട്ടാണതെന്ന് ആ പാവം സ്ത്രീ അറിഞ്ഞിരുന്നില്ല. അവൾക്ക് ഭർത്താവിനേയും സഹോദരന്മാരേയും കഞ്ഞിയൂട്ടാനുള്ള തിടുക്കമായിരുന്നു. അതിനിടയിലാണ് പെട്ടെന്ന് ഭർത്താവിന്റെ വാക്കുകൾ മിന്നൽപിണർപോലെ അവളുടെ ഹൃദയത്തിലേക്ക് ആഞ്ഞുപതിച്ചത്. ഭർത്താവിന്റെ വാക്കുകളിൽനിന്നും കാര്യം മനസ്സിലാക്കിയ പ്രിയതമ ഈറനണിഞ്ഞ കണ്ണുകൾ തുടച്ചു. അവളുടെ മനസ്സിൽ പതഞ്ഞു പൊങ്ങിയ വൈവശ്യം പുറത്തു കാണിക്കാതെ തന്റെ പ്രിയ തോഴനോടും സഹോദരങ്ങളോടുമായി എന്തോ പറയാൻ ഭാവിച്ചു. വിറയാർന്ന സ്വരത്തിൽ അക്ഷരങ്ങൾ പെറുക്കി പെറുക്കി കൂപ്പകൈകളോടെ തന്റെ അവസാനത്തെ ആഗ്രഹം അവരെ ഉണർത്തിച്ചു.

ഇത്രയും പറഞ്ഞു മുത്തശ്ശൻ കുട്ടികളെ ആകമാനം ഒന്നു നോക്കി. കുഞ്ഞുങ്ങളുടെ മുഖം പരവശമായിരിക്കുന്നു. കൺപീലികൾ നനഞ്ഞു കുതിർന്നിരിക്കുന്നു. അവരുടെ മുഖപ്രസാദം തന്നെ നഷ്ടമായിരിക്കുന്നു. മുത്തശ്ശനും വല്ലാത്ത ധർമ്മസങ്കടത്തിലായി. മുത്തശ്ശന്റെ വാക്കുകളിലും പതർച്ച അനുഭവപ്പെടുന്നുവോ? എങ്കിലും കഥ പൂർത്തീകരിക്കാതിരിക്കാൻ പറ്റില്ലല്ലോ. മുത്തശ്ശൻ ശേഷം കഥാഭാഗം. ഗദ്ഗദകണ്ഠത്തോടെ പറഞ്ഞൊപ്പിച്ചു.

എന്തായിരുന്നു നിർഭാഗ്യവതിയായ ആ സ്ത്രീ പറഞ്ഞതെന്നോ? ഒരമ്മയുടെ വാത്സല്യം നിറഞ്ഞു തുളുമ്പുന്ന അവളുടെ വാക്കുകൾ കേൾക്കൂ. 'ഭിത്തിയുറക്കാൻ വേണ്ടി ഈ പെണ്ണിനെ ചെത്തിയ കല്ലിനിടക്ക് നിർത്തികെട്ടിപ്പടുത്തു കൊള്ളുക. വിരോ

ധമില്ല. എന്നാൽ എനിക്ക് ഒരേയൊരു ആഗ്രഹമുണ്ട്. ഭിത്തി കെട്ടി പ്പടുക്കുമ്പോൾ എന്റെ മാറിടത്തിന്റെ പകുതി ഭാഗം കെട്ടിമറിക്ക രുത് അതേപോലെ എന്റെ കയ്യും. എന്റെ പൊന്നോമന അമ്മിഞ്ഞപ്പാലിനുവേണ്ടി വാവിട്ടു കരയുമ്പോൾ അവനെ എന്റെ അടുത്തേക്ക് കൊണ്ടുവരണം. നീട്ടിപ്പിടിച്ച കൈയിൽ കുഞ്ഞിനെ ഏറ്റുവാങ്ങി മുലയൂട്ടാൻ എന്ന അനുവദിക്കണം.

അവളുടെ അവസാനത്തെ ആഗ്രഹം സഫലമായി. രാജ്യം അതിരിട്ടു തിരിച്ച് അധികാരമുറപ്പിച്ച രാജാക്കന്മാർക്ക് വേണ്ടി ഒമ്പതു കല്പണിക്കാർ ചേർന്ന് നിർമ്മിച്ച കൂറ്റൻ കോട്ടയ്ക്ക് മുമ്പിൽ ആ സ്ത്രീയുടെ അപൂർണ്ണ സുന്ദരമായ വെണ്ണക്കൽ ശില്പം മഹാകവിക്ക് കാണാൻ കഴിഞ്ഞു. എന്തിനോ വേണ്ടി നീട്ടിക്കൊണ്ടിരിക്കുന്ന മനോഹമായ ആ വലം കൈയ്യും അമ്മി ഞ്ഞപ്പാൽ തുള്ളികളായി ഇറ്റിറ്റു വീണുകൊണ്ടിരിക്കുന്ന നഗ്നമായ മാറിടവും കണ്ടപ്പോൾ തന്റെ ഉള്ളിലെ പൈതൽ അമ്മ, അമ്മ എന്ന ആർത്തു വിളിച്ചുകൊണ്ടിരുന്നു എന്നു പറഞ്ഞുകൊണ്ട് ഒ.എൻ.വി. കഥ അവസാനിപ്പിക്കുന്നു.

കുഞ്ഞിനോടുള്ള അമ്മയുടെ വാത്സല്യത്തിന്റെ ആഴം എത്ര ത്തോളമുണ്ടെന്ന് ഈ കഥ നമ്മെ ബോദ്ധ്യപ്പെടുത്തുന്നു. അമ്മ യുടെ അഭാവത്തിൽ അമ്മിഞ്ഞപ്പാലിനു വേണ്ടി ദാഹിക്കുന്ന കുഞ്ഞിന്റെ ചിത്രമാണ് ആ അമ്മ മനസ്സിനെ നൊമ്പരപ്പെടുത്തു ന്നത്. മാതൃവാത്സല്യത്തിന്റെ അതിമനോഹരമായ ഒരു ആവിഷ് ക്കരണമാണ് ഈ കഥ. അതൊടൊപ്പം ഒരു പഴഞ്ചൻ വിശ്വാസ ത്തിന്റെ നിരർത്ഥകതയും വെളിപ്പെടുത്തുന്നു.

'കുഞ്ഞുങ്ങളേ കഥ അവസാനിച്ചിരിക്കുന്നു' മുത്തശ്ശൻ പ റഞ്ഞു.

നിർഭാഗ്യയായ അമ്മയുടെ ദാരുണമായ അന്ത്യവും അമ്മക്ക് കുഞ്ഞിനോടുള്ള അതിരറ്റ വാത്സല്യവും വെളിപ്പെടുത്തുന്ന ഈ കഥ കുട്ടികളുടെ കണ്ണുകളെ അക്ഷരാർത്ഥത്തിൽ തന്നെ ഈറ നണിയിച്ചു. അവരുടെ വികാരപാരവശ്യം മനസ്സിലാക്കിയ മുത്തശ്ശൻ അവരെ അടുത്തു വിളിച്ചു തന്നോടു ചേർത്തുനിർത്തി സാന്ത്വനിപ്പിച്ചു. പിന്നിടു അവരോടായി പറഞ്ഞു.

'നാളത്തെ കഥയോടു കൂടി നമ്മുടെ കഥ പറച്ചിൽ നിർത്തു കയാണ്. നിങ്ങളുടെ പരീക്ഷ അടുത്തുവരികയല്ലോ പരീക്ഷക്ക് വേണ്ട വിധം ഒരുങ്ങുന്നതിന്. 'കഥ പറയൽ' തടസ്സമാവരുത്. മുത്തശ്ശനും അടുത്ത ദിവസങ്ങളിൽ ചില തിരക്കു പിടിച്ച പരിപ

ാടികളുണ്ട്. ഈ വിവരം നി ങ്ങളുടെ വീടുകളിൽ അറിയിക്കണം.

കുഞ്ഞുങ്ങൾക്ക് ഈ വാർത്ത ഇഷ്ടമായില്ലെന്ന് അവരുടെ മുഖഭാവത്തിൽ നിന്ന് മുത്തശ്ശനു മനസ്സിലായി. മുത്തശ്ശൻ അവരെ ആശ്വസിപ്പിച്ചുകൊണ്ട് പറഞ്ഞു.

'കഥപറയൽ തീരെ നിർത്തുകയല്ല. സൗകര്യപ്രദമായ മാറ്റൊ രവസരത്തിൽ വീണ്ടും തുടങ്ങാം. എന്താ സന്തോഷമായോ?

കുഞ്ഞുങ്ങളുടെ ചുണ്ടുകളിൽ മന്ദഹാസം വിടരുന്നത് മുത്തശ്ശൻ സാകൂതം വീക്ഷിച്ചു.

●

ശംഖുവളകൾ

കുട്ടികളോട് തലേദിവസം പറഞ്ഞ കാര്യങ്ങൾ മുത്തശ്ശന്റെ സ്മൃതി പഥത്തിൽ തെളിഞ്ഞുവരികയാണ്. കഥ പറച്ചിലിന് താല്ക്കാലികമായി വിരാമമിടുന്ന കാര്യമാണ് മുത്തശ്ശൻ സൂചിപ്പിച്ചത്. കുട്ടികൾക്ക് അത് ഇഷ്ടമായിട്ടില്ലെന്ന കാര്യവും മുത്തശ്ശന് അറിയാം. മുത്തശ്ശനും അതിന്റെ പ്രയാസമുണ്ട്. കാരണം കുഞ്ഞുങ്ങളെ കാണുന്നതും അവരുടെ കിളിക്കൊഞ്ചൽ കേൾക്കുന്നതും മുത്തശ്ശന്റെ മനസ്സിൽ 'അനായാസ സുഖം' നൽകുന്നതായിരുന്നു.

"നരജീവിതമായ വേദന-
യ്ക്കൊരുമട്ടർഭകരൗഷധങ്ങൾ താൻ"

എന്ന കവിവചനം എത്ര അർത്ഥവത്താണെന്ന് മുത്തശ്ശൻ ഓർത്തു . ഇങ്ങനെയുള്ള ചിന്തകളിൽ ലയിച്ചിരിക്കുന്ന മുത്തശ്ശന്റെ മുന്നിൽ നറുനിലാപുഞ്ചിരി പൊഴിച്ചുകൊണ്ട് കുഞ്ഞുങ്ങൾ എത്തിച്ചേർന്നു. ഹൃദയം തുറന്ന് ചിരിച്ചുകൊണ്ട് മുത്തശ്ശൻ അവരെ സ്വാഗതം ചെയ്തു. കുഞ്ഞുങ്ങൾ അവരുടെ സീറ്റുകളിൽ അമർന്നിരുന്നു. മുത്തശ്ശൻ പുതിയ കഥയുടെ മണിച്ചെപ്പ് തുറന്നു.

കുഞ്ഞുങ്ങളെ, ഇന്നത്തെ കവിതയെഴുത്തുകാരിൽ ഏറെ തിളക്കമാർന്ന ഒരു മഹിളാരത്നമാണ് സുഗതകുമാരി. മലയാളഭാഷയ്ക്ക് ഒട്ടേറെ കവിതകൾ അവർ സമർപ്പിച്ചു. ഇന്നും ആ ജൈത്രയാത്ര തുടരുന്നു. സുഗതകുമാരിയെ നിങ്ങൾക്ക് പരിചയപ്പെടുത്തേണ്ടതുണ്ടോ? മുത്തശ്ശൻ ചോദിച്ചു. ഇല്ല മുത്തശ്ശാ അനഘ പറഞ്ഞു രണ്ടാം ക്ലാസിൽ പഠിക്കുന്ന സുശോഭിനുപോലും അറിയാം. സുശോഭിന്റെ മലയാള പാഠപുസ്തകത്തിൽ സുഗതകുമാരിയെപ്പറ്റി പറഞ്ഞിട്ടുണ്ട്. സുശോഭിന്റെ പുസ്തകം ഒന്നു മറിച്ചു നോക്കാം. മുത്തശ്ശൻ സുശോഭിന്റെ പുസ്തകം വരുത്തി സുഗതകുമാരിയെപ്പറ്റി പറഞ്ഞ ഭാഗം കുഞ്ഞുങ്ങളെ വായിച്ചു കേൾപ്പിച്ചു.

'1934 ൽ തിരുവനന്തപുരത്ത് ജനിച്ചു. ജവഹർ ബാലഭവന്റെ പ്രി ൻസിപ്പൽ, കുട്ടികൾക്കുള്ള 'തളിര്' മാസികയുടെ പത്രാധിപ തുടങ്ങിയ സ്ഥാനങ്ങൾ വഹിച്ചിട്ടുണ്ട്. രാത്രിമഴ, അമ്പലമണി, പാതിരാ പൂക്കൾ കൃഷ്ണ കവിതകൾ രാധയെവിടെ എന്നിവയാണ് പ്രധാന കവിതാസമാഹരങ്ങൾ. 'കേരള സാഹിത്യ' അക്കാദമി അവാർഡ്, ഓടക്കുഴൽ അവാർഡ്, ആശാൻ പ്രൈസ്, വയലാർ അവാർഡ് തുടങ്ങിയ പുരസ്കാരങ്ങൾ ലഭിച്ചിട്ടുണ്ട്. പ്രകൃതി സംരക്ഷണയത്നങ്ങൾക്കുള്ള ഭാരതസർക്കാറിന്റെ 'വൃക്ഷമിത്ര' അവാർഡ് ലഭിച്ചിട്ടുണ്ട്. പോരേ, ഇത്രയും കാര്യങ്ങൾ നിങ്ങൾ മനസ്സിലാക്കിയിട്ടുണ്ടല്ലോ. തല്ക്കാലം അതുമതി.

കവയത്രിയുടെ പ്രഥമകവിതാസമാഹാരമായ മുത്തുച്ചിപ്പിയിലെ ഒരു കവിതയായ 'ശംഖു വളകൾ' എന്നതാണ് നമ്മുടെ കഥയുടെ വിഷയം. ഇംഗ്ലീഷിലുള്ള ആ കവിത സുഗതകുമാരിയുടെ സരള മനോഹരമായ ശൈലിയിലൂടെ പുറത്തു വന്നപ്പോൾ നമുക്കൊക്കെ ആഹ്ലാദം പകരുന്ന ഒരു നല്ല കഥയായി പരിണമിച്ചു. നമുക്ക് ആ കഥ ആസ്വദിക്കാം.

കഥ കേൾക്കാൻ അക്ഷമരായിരിക്കുന്ന കുട്ടികൾക്ക് മുത്തശ്ശന്റെ ഈ ആമുഖം രുചികരമായോ എന്തോ? എങ്കിലും കേട്ട ഗാനം മധുരം കേൾക്കാനിരികുന്നതോ അതിമധുരം എന്ന നിലയിൽ മുത്തശ്ശന്റെ വാക്കുകൾക്കായി അവർ കാതോർത്തു.

'ഒരു സുപ്രഭാതത്തിൽ ഒരു വളവില്പനക്കാരൻ തെരുവോരത്തുനിന്ന് വിളിച്ചു പറഞ്ഞുകൊണ്ടിരുന്നു. 'വളകൾ വേണോ? 'ശംഖു വളകൾ'നല്ല വളകൾ, പെൺകൊടിമാരേ, വന്ന് വാങ്ങിക്കൊള്ളുവിൻ. വള വില്പനക്കാരൻ വഴിപോക്കരെ നോക്കി ഇതേ പ്രകാരം വിളിച്ചുപറയുകയാണ്. വഴിവക്കിൽ നിന്ന് ഉയരുന്ന ഈ

ശബ്ദം കേട്ട പശുക്കൾ തലയുയർത്തി നോക്കി. പ്രഭാതം പൊട്ടി വിടരുന്നതേയുള്ളു. മൂടൽ മഞ്ഞിലൂടെ പ്രകാശം കടന്നു വരുന്നു. മഴവില്ല് പൊട്ടിച്ചിതറിയ പോലെ പ്രകാശത്തിന്റെ തുള്ളികൾ പടരുന്നു! വളകൾ വേണോ? ശംഖുവളകൾ എന്ന ചോദ്യം കച്ചവടക്കാരന്റെ കണ്ഠനാളത്തിൽ നിന്നും ഉയർന്നുകൊണ്ടേയിരുന്നു. എന്നാൽ നിർഭാഗ്യമെന്നു പറയട്ടെ. അവന്റെ വിളി ആരും ശ്രദ്ധിച്ചതേയില്ല. നാലഞ്ചു വഴിപോക്കർ ആ വഴി കടന്നുപോയി. അവരും അവിടെ നിന്നതു പോലുമില്ല. എങ്കിലും അവൻ നിരാശനാകാതെ വിളി തുടർന്നുകൊണ്ടിരുന്നു.

ആളൊഴിഞ്ഞ തെരുവിന്റെ അടുത്തായി ഒരു കുളിക്കടവുണ്ടായിരുന്നു. വെണ്ണക്കല്ല് പതിച്ച പടവുകൾ. ആ പടവുകളൊന്നിൽ ഉദിച്ചുയർന്നു വരുന്ന സൂര്യനഭിമുഖമായി ഒരു സുന്ദരിയായ യുവതി ഇരിക്കുന്നു. വളക്കച്ചവടക്കാരൻ ആ സ്ത്രീയെ കണ്ടു വിടർന്ന കണ്ണുകൾ വെളുത്ത നിറം, പിന്നിൽ ചുരുളുകളായി അഴിച്ചിട്ടിട്ടുള്ള കറുത്തതും കനത്തതുമായ മുടി. ആകെക്കൂടി മനോമോഹനമായ രൂപം. കച്ചവടക്കാരൻ ചോദ്യം ആവർത്തിച്ചു. വളകൾ വേണോ ശംഖുവളകൾ? സൂര്യപ്രകാശത്തിൽ മിന്നിത്തിളങ്ങുന്ന വളകൾ കണ്ടോ? ഇത് മാന്ത്രികശക്തിയുള്ള വളകളാണ്. ഈ വളകളണിഞ്ഞാൽ ദുഃഖം എന്നതു ഉണ്ടാവില്ല. ഒരാപത്തും വരില്ല. ഈ വളകൾ വാങ്ങിക്കോളൂ.'' കച്ചവടക്കാരന്റെ ഈ വാക്കുകൾ കേട്ടു ആ യുവതി അടുത്തുവന്ന് കൈ നീട്ടി. അവളുടെ മനോഹരമായ കൈകളിൽ കച്ചവടക്കാരൻ വളകളണിയിച്ചു. വളക്കും കൈയ്ക്കും എന്തൊരു ചേർച്ച! കച്ചവടക്കാരൻ അത്ഭുതപ്പെട്ടു. അവൻ അവളെ പിന്നെയും പിന്നെയും നോക്കി. ആ മുഖശോഭയിൽ അവന്റെ കണ്ണഞ്ചിപ്പോയി. നല്ല പ്രൗഢിയും ഗാംഭീര്യവുമുള്ള മുഖം. ഇളംകാറ്റടിച്ചുകൊണ്ടിരിക്കേ നെറ്റിയിൽ വീണു കിടക്കുന്ന കുറുനിരകളെ തടവിക്കൊണ്ട് വളയിട്ട കൈകളിൽ നോക്കി ചിരിച്ചുകൊണ്ട് അവൾ ചോദിച്ചു. 'ഇതിന് എന്തു വില വേണം' കച്ചവടക്കാരൻ വില പറഞ്ഞു. അതുകേട്ട് അവൾ പറഞ്ഞു. എന്റെ വീട്ടിലേക്ക് ചെല്ലൂ. വില അവിടെ നിന്ന് കിട്ടും. എവിടെയാണ് വീട്? കച്ചവടക്കാരൻ ചോദിച്ചു. അവൾ വീട്ടിലേക്കുള്ള വഴി പറഞ്ഞു.

'അല്പം ദൂരെയായി കാണുന്ന കാടു കടന്നു ചെന്നാൽ സ്വർണ്ണ ശോഭയോടെ ഉയർന്നു നില്ക്കുന്ന ഒരു ഗോപുരം കാണാം. ആ ഗോപുരത്തെ ലക്ഷ്യം വെച്ചു നടന്നാൽ എന്റെ വീടു കാണാം. ആ വീടിന്റെ വാതിലിൽ മുട്ടുക. എന്റെ ഭർത്താവുണ്ടാകും.

അദ്ദേഹം ദരിദ്രനാണ് ഒരുപക്ഷെ, അദ്ദേഹം വീട്ടിലില്ലെങ്കിൽ എന്റെ അച്ഛൻ അവിടെയുണ്ടാകും. അദ്ദേഹത്തിന് ചെവി കേൾക്കില്ല. നല്ല ദയവുള്ള ആളാണ്. ഞാൻ വള വാങ്ങിയിട്ടുണ്ടെന്ന് പറഞ്ഞാൽ വില തരും. അതു വാങ്ങിക്കൊള്ളൂ. അല്ല, അത്, അമ്പലഗോപൂരമല്ലേ? കച്ചവടക്കാരൻ സംശയിച്ചു. അപ്പോൾ യുവതി പറഞ്ഞു. 'എന്റെ അച്ഛൻ അമ്പലത്തിലെ പൂജാരിയാണ്. ഞാൻ വളവാങ്ങിയെന്നും വിലതരണമെന്നും അദ്ദേഹത്തോടു പറയൂ. അദ്ദേഹം പണമില്ലെന്ന് പറഞ്ഞാൽ ശ്രീകോവിലിന്റെ അടുത്ത് ഒരു ചെറിയ പെട്ടിയുണ്ടെന്നും അതെന്റെതാണെന്നും പറയുക. പെട്ടിക്കുള്ളിൽ പണമുണ്ടെന്നും പറയുക. വളയുടെ വിലതരും അതു വാങ്ങിക്കൊള്ളൂ.

അവളുടെ മധുരവും ഗംഭീരവുമായ ശബ്ദം കേട്ടപ്പോൾ കച്ച വടക്കാരന് അനുസരിക്കാതിരിക്കാൻ കഴിഞ്ഞില്ല. ഒരു മന്ത്രശ ക്തിയാലെന്നപോലെ അവൻ വീടിനെ ലക്ഷ്യമാക്കി നടന്നു. അതിനിടയിൽ ആ സ്ത്രീ കുളത്തിലിറങ്ങി കുളിക്കാനും തുടങ്ങി. വളക്കച്ചവടക്കാരൻ നടന്ന് അമ്പലമുറ്റത്തുള്ള ഒരു കൊച്ചു കു ടിലിൽ എത്തി. അവിടെ നി ന്നും വിളിച്ചു പറഞ്ഞു. 'വളകൾ വേണോ, ശംഖുവളകൾ' അതുകേട്ടു അകത്തുനിന്നും ഒരു വൃദ്ധ നായ പുരോഹിതൻ പുറത്തുവന്നു. അദ്ദേഹം കച്ചവടക്കാര നോട് പറഞ്ഞു. 'സഹോദരാ കൈകാൽ കഴുകി അകത്തുവരൂ. നമുക്ക് ഭക്ഷണം കഴിക്കാം. അല്പം വിശ്രമിക്കുകയും ചെയ്യാം. ഈ ക്ഷണം കേട്ട് കച്ചവടക്കാരൻ അദ്ദേഹത്തോട് നന്ദി പറഞ്ഞു കൊണ്ട് വന്ന കാര്യം ഉണർത്തിച്ചു. 'എന്റെ പക്കൽ നിന്നും അങ്ങ യുടെ മകൾ ശംഖുവളകൾ വാങ്ങിയിരിക്കുന്നു. അതിന്റെ വില തരണം. അതു കേട്ടു പുരോഹിതൻ പൊട്ടിച്ചിരിച്ചുകൊണ്ട് ചോ ദിച്ചു. 'എന്റെ മകളോ? നിന്നോട് ഇതാരാ പറഞ്ഞത്?

കച്ചവടക്കാരൻ നടന്നകാര്യം അദ്ദേഹത്തോട് പറഞ്ഞു. 'അങ്ങ യുടെ മകൾ കുളിക്കടവിൽ നിന്ന് കുളിക്കുകയാണ് എന്നോടു ഇങ്ങോട്ടുപോരാൻ പറഞ്ഞു. അങ്ങിനെ വന്നതാണ്. ഞാൻ എനിക്കു മകളില്ല. ഒരു മകനുണ്ട്. അവൻ ഇന്ന് ഇവിടെയില്ല. കഷ്ടമായിപ്പോയല്ലോ? നിന്നെ ആരോ പറ്റിച്ചതാണ്. നീ ദുഃ ഖിക്കേണ്ട. അവളെ ഞാൻ തിരഞ്ഞുകണ്ടുകൊള്ളാം. കച്ചവട ക്കാരൻ വീണ്ടും പറഞ്ഞു. 'കള്ളം പറയുന്ന മുഖമല്ല അവളുടേതു? അവൾ ഒന്നുകൂടി പറഞ്ഞു. പണമില്ലെന്ന് പറഞ്ഞാൽ ശ്രീ കോവിലിന്റെ അടുത്ത് കുങ്കുമം തേച്ച ഒരു പെട്ടിയുണ്ട്. ചെന്നു നോക്കാൻ പറഞ്ഞു.

അതുകേട്ട മാത്രയിൽ ആ പുരോഹിതൻ അകത്തേക്ക് ഓടിച്ചെന്ന് ഒരു പെട്ടിയുമായി പുറത്തുവന്നു. പെട്ടിതുറന്നുനോക്കി. എന്തൊരത്ഭുതം! കച്ചവടക്കാരന് കൊടുക്കാനുള്ള വളയുടെ വില കൃത്യമായി അതിലുണ്ട്. കൂടുതലുമില്ല കുറവുമില്ല. അത്ഭുതം കൂറിക്കൊണ്ടു പുരോഹിതൻ പറഞ്ഞു.

'സഹോദരാ നീ തന്നെ ഭാഗ്യവാൻ. ആ മുഖം കാണാൻ വേണ്ടി ഞാൻ എത്രകാലമായി തപസ്സു ചെയ്യുന്നു. ഞാൻ എത്ര കണ്ണുനീരൊഴുക്കി? എത്ര പ്രാർത്ഥിച്ചു.? എത്ര ഉപവാസമെടുത്തു. എന്നിട്ടും ആ മനോഹരരൂപം എനിക്ക് കാണാനായില്ലല്ലോ. എന്തൊരു നിർഭാഗ്യം. ഇതൊന്നുമറിയാത്ത നിന്റെ മുമ്പിൽ എന്റെ ദേവി പ്രത്യക്ഷപ്പെട്ടിരിക്കുന്നു. നീ തന്നെ പുണ്യവാൻ. നിന്റെ വളയുടെ വിലയല്ലാതെ മറ്റൊന്നും നിനക്ക് ചോദിക്കാൻ തോന്നിയതുമില്ല. അല്ലേ?'

ഇത്രയും കേട്ടപ്പോൾ കച്ചവടക്കാരൻ കണ്ണു മിഴിച്ചുപോയി. അവന്റെ വളകൾ നിലത്തു വീണു. പ്രകാശിച്ചുകൊണ്ടിരിക്കുന്ന ആ കണ്ണുകളെ അവൻ ഓർത്തു. അവൻ വന്ന വഴിയിലൂടെതന്നെ തിരിഞ്ഞോടി. പിന്നാലെ പുരോഹിതനും അവർ ഓടിയോടി വെണ്ണക്കല്ല് പതിച്ച കുളക്കടവിലെത്തി. അവിടെ ആരുമില്ല. ശൂന്യതമാത്രം.

വെയിൽ പരന്നിരിക്കുന്നു. താമരപൂക്കൾ വിരിഞ്ഞു നറുമണം ചൊരിയുന്നു. ഒരു കൊറ്റിമാത്രം കാവൽ നിൽക്കുന്നു. കച്ചവടക്കാരനും പുരോഹിതനും ഹൃദയം പൊട്ടുമാറ് വിളിച്ചു ചോദിച്ചു. 'ദേവീ നീ എവിടെയാണ്? എവിടെപോയി മറഞ്ഞു? ഒരു മറുപടിയുമില്ല. അവർ ദുഃഖിതരായി. അപ്പോൾ കോവിലിൽ നിന്നും മണിയൊച്ച കേൾക്കാൻ തുടങ്ങി. പുരോഹിതന് പരിഭ്രമമായി. അദ്ദേഹം വേദനയോടെ പറഞ്ഞു. 'അമ്മേ! പൂജക്ക് സമയമായി. ഞാൻ അവിടുത്തെ കാണാതെ മടങ്ങി പോകേണമോ? അടിയന് അവിടുത്തെ ഒരടയാളം പോലും തരാനായില്ലല്ലോ' പുരോഹിതൻ നെഞ്ചു പൊട്ടി കരഞ്ഞുകൊണ്ടിരുന്നു.

ഉടനെ വെള്ളത്തിൽ ഓളങ്ങളിളകാൻ തുടങ്ങി. വിടർന്നു നില്ക്കുന്ന പൂക്കൾ ഉലഞ്ഞ് മാറിനിന്നു. വെള്ളത്തിന്റെ മീതേക്ക് വളയണിഞ്ഞ അതിമനോഹരമായ ഒരു കൈ ഉയർന്നു വന്നു. എല്ലാ ഒരു നിമിഷ നേരത്തേക്ക് മാത്രം. ആ കൈ വീണ്ടും വെള്ളത്തിലേക്ക് തന്നെ മറഞ്ഞു, അവർ വീണു നമസ്ക്കരിച്ചു. കുറേ നേരം ധ്യാനത്തിൽ മുഴുകി നിന്നു.

ഈ സംഭവത്തിനുശേഷം അനേകം വർഷങ്ങൾ കടന്നു പോയി. ആ ക്ഷേത്രത്തിന്റെ മുന്നിൽ ആ വള വില്പനക്കാരന്റെ പിൻമുറക്കാർ, പഴയ രീതിയിലുള്ള വളകളുണ്ടാക്കി ക്ഷേത്രനട യിൽ കാഴ്ചവെച്ചുപോരുന്നു.

മുത്തശ്ശൻ കഥ പറഞ്ഞു തീർത്തു. കുഞ്ഞുങ്ങൾ അവരുടെ സീറ്റുകളിൽ ഒന്നിളകിയിരുന്നു. മുത്തശ്ശന്റെ മുഖത്തേക്ക് തന്നെ നോക്കി ക്കൊണ്ടിരുന്നു. അല്പനേരത്തെ നിശ്ശബ്ദത. മൗനം വാചാലമായിത്തീർന്ന നിമിഷങ്ങൾ. മുത്തശ്ശൻ തന്നെ മൗനം ഭഞ്ജിച്ചു.

എന്താ നിങ്ങളൊന്നും മിണ്ടാത്തത്?

ഒന്നും പറയാൻ തോന്നുന്നില്ല. മുത്തശ്ശാ. കുട്ടികളിൽ ചിലർ വാ തുറന്നു. ഇന്നത്തേതോടുകൂടി കഥ പറയൽ അവസാനിക്കു കയല്ലേ! ഞങ്ങൾക്ക് സങ്കടമുണ്ട്.

എന്തിനാ സങ്കടപ്പെടുന്നത്. കഥ കേട്ടതു കൊണ്ടാണോ? മുത്ത ശ്ശന്റെ തമാശ കലർന്ന ചോദ്യം.

അല്ല മുത്തശ്ശാ. ഇനി കഥകേൾക്കാനാവില്ലല്ലോ എന്ന് വിചാ രിച്ചിട്ടാണ്.

ആരു പറഞ്ഞു. ഇനി കേൾക്കാനാവില്ലെന്ന് അങ്ങിനെ മുത്തശ്ശൻ പറഞ്ഞോ? ഇല്ലല്ലോ. തൽക്കാലം നിർത്തിവെക്കുക യാണെന്നല്ലേ പറഞ്ഞത്?

ഈ കഥ പറയാനിടയായതിന്റെ തുടക്കം നിങ്ങൾക്കറിയാമ ല്ലേ. സുനന്ദക്ക് 'മാമ്പഴം' കാവ്യാലാപന മത്സരപരിപാടി കണ്ടപ്പോഴുണ്ടായ സംശയമാണ് കഥ പറയുന്നതിന് കാരണമാ യത്. അതു ഏതായാലും നന്നായി.

നിങ്ങളുടെ പരീക്ഷയെല്ലാം കഴിഞ്ഞ് കിട്ടുന്ന ഒഴിവുകാലത്ത് നമുക്ക് വീണ്ടും കഥ പറയാൻ തുടങ്ങാം. പോരേ? മുത്തശ്ശൻ കുട്ടികളെ സമാധാനിപ്പിച്ചു. നിഷ്കളങ്കരായ കുഞ്ഞുങ്ങൾ മുത്ത ശ്ശനോട് യാത്ര പറഞ്ഞ് അവരവരുടെ വീടുകളിലേക്ക് മടങ്ങി.

അപ്പോഴും മുത്തശ്ശന്റെ മനസ്സിൽ കുഞ്ഞുങ്ങളോടുള്ള വാത്സല്യ വും കനിവും നിറഞ്ഞു തുളുമ്പുകയായിരുന്നു.

●